इन्स्ट्रुमेंट मेकॅनिक प्रथम वर्ष मराठी MCQ

मनोज डोळे

डिजिटायझेशन ही काळाची गरज आहे. भविष्यात, प्रशिक्षण अधिक सोयीस्कर आणि सोपे करण्यासाठी औद्योगिक प्रशिक्षण संस्थांमध्ये ऑनलाइन इंटरनेट वापरून प्रशिक्षण घेणे आवश्यक आहे. MCQ प्रश्नांचा संच असलेली ई-पुस्तके प्रशिक्षणार्थींना उपलब्ध करून दिली जातील कारण त्यांना त्यांच्या औद्योगिक प्रशिक्षण संस्थांमध्ये होणाऱ्या ऑनलाइन परीक्षांच्या तयारीसाठी MCQ प्रश्नांची अधिक सवय होणे आवश्यक आहे.

या सर्व बाबी लक्षात घेऊन श्री.मनोज मधुकर डोळे प्रशिक्षक, औद्योगिक प्रशिक्षण संस्था, सातारा यांनी नवीन वार्षिक प्रणाली आणि NSQF-5 अभ्यासक्रमानुसार पुस्तके लिहिली आहेत. आणि त्यांनी प्रशिक्षण सुलभ करण्यासाठी सैद्धांतिक मोबाइल ॲप्स आणि ब्लॉग तयार केले आहेत आणि हे सर्व शैक्षणिक साहित्य जगप्रसिद्ध Google Play Store, Amazon आणि Apple Book Store वर डाउनलोड करण्यासाठी उपलब्ध केले आहे.

पुस्तकांचे प्रकाशन माननीय सहसंचालक श्री राजेंद्र घुमे साहेब प्रादेशिक व्यावसायिक शिक्षण व प्रशिक्षण कार्यालय, पुणे यांच्या हस्ते दिनांक 9/1/2019 रोजी करण्यात आले, यावेळी श्री प्रकाश सायगावकर साहेब प्राचार्य शासकीय औद्योगिक प्रशिक्षण संस्था औंध पुणे, श्री तुकाराम मिसाळ साहेब प्राचार्य डॉ. सरकार प्र.संस्था सातारा, श्री सचिन धुमाळ साहेब जिल्हा व्यवसाय शिक्षण व प्रशिक्षण अधिकारी सातारा, श्री यतीन पारगावकर साहेब मुख्याध्यापक गो. प्र.संस्था कोल्हापूर, श्री विकास टेके साहेब निरीक्षक व्यावसायिक शिक्षण व प्रशिक्षण क्षेत्रीय कार्यालय पुणे, पालेकर फूड्स प्रॉडक्ट्स प्रा. लि.चे सातारा येथील उद्योजक अध्यक्ष श्री.नीळकंठराव पालेकर साहेब, हिरा फूड्स चे चेअरमन श्री.इब्राहिम बाबा तांबोळी साहेब, सौ.शाल्मली पवार मुख्याध्यापिका शासकीय तंत्रनिकेतन केंद्र सातारा व इतर मान्यवर यावेळी उपस्थित होते.

अनुक्रमणिका

प्रस्तावना

इन्स्ट्रुमेंट मेकॅनिक फर्स्ट इयर MCQ हे ITI आणि इंजिनीअरिंग कोर्स इन्स्ट्रुमेंट मेकॅनिक फर्स्ट इयर, सुधारित NSQF अभ्यासक्रमासाठी एकपुस्तक आहे , त्यात अधोरेखित आणि ठळक अचूक उत्तरांसह वस्तुनिष्ठ प्रश्नांचा समावेश आहे MCQ मध्ये सर्व विषयांचा समावेश आहे ज्यात सुरक्षितता आणि पर्यावरण, वापर याविषयी सर्व नवीनतम आणि महत्त्वाचे आहे. अग्निशामक यंत्रे, कृत्रिम श्वासोच्छवासाचे पुनरुत्थान सुरू करणे. त्याला व्यापार साधने आणि त्याचे मानकीकरण, विजेच्या मूलभूत गोष्टींशी परिचित होणे, PMMC आणि MI साधनांचे बांधकाम याची कल्पना येते. विविध प्रकारचे अँमीटर, व्होल्टमीटर, वॉटमीटर आणि अँपिअर-तास मीटरचे ओव्हरहॉलिंग आणि चाचणी आणि कॅलिब्रेशन, मीटरची संवेदनशीलता, अचूकता, कमाल शक्ती, क्षमता

इ. केबलची चाचणी करा आणि इलेक्ट्रिकल पॅरामीटर मोजा, ट्रान्सफॉर्मरवरील प्रयोग, प्राथमिक आणि दुय्यम विंडिंग फाइलिंग प्रॅक्टिसमध्ये विद्युत प्रवाह आणि व्होल्टेज मोजणे, व्हर्नियर कॅलिपर, व्हर्नियर उंची गेजच्या मदतीने चिन्हांकित करणे आणि मोजणे. वेगवेगळ्या प्रकारच्या आणि बॅटरीच्या ऑपरेशनसाठी आणि देखभालीसाठी सेलच्या संयोजनावर कौशल्य सराव. निष्क्रिय आणि सक्रिय इलेक्ट्रॉनिक घटक ओळखा आणि चाचणी करा. अनियंत्रित आणि विनियमित वीज पुरवठा तयार करा आणि चाचणी करा. विविध प्रकारचे इलेक्ट्रिकल आणि इलेक्ट्रॉनिक घटकांचे सोल्डरिंग आणि डी-सोल्डरिंगचा सराव करा छिद्र पीसीबी आणि विविध प्रकारचे स्विच, जसे की बजर, सोलेनोइड व्हॉल्व्ह वापरणे. विविध प्रकारचे डायोड, VI वैशिष्ट्ये, रेक्टिफायर्स, ॲम्प्लीफायर, op-amps, ऑसिलेटर आणि वेव्ह शेपिंग सर्किट्स तयार करा आणि तपासा. पॉवर इलेक्ट्रॉनिक घटकांची चाचणी. पॉवर कंट्रोल सर्किट्स तयार करा आणि चाचणी करा. ऑप्टो इलेक्ट्रॉनिक उपकरणे ओळखा आणि चाचणी करा. एसएमडी सोल्डरिंग आणि वेगळ्या एसएमडी घटकांच्या डी-सोल्डरिंगवर कौशल्य प्राप्त करण्यास सक्षम. डेटा बुकचा संदर्भ देऊन विविध डिजिटल IC च्या सत्य सारण्यांची पडताळणी करणे. विविध लॉजिक गेट्स, RS आणि JK फ्लिप फ्लॉप, काउंटर, बीसीडी ते दशांश डिकोडर, 7 सेगमेंट डिस्प्ले सर्किट्स, D/A आणि A/D सर्किट, RS485 ते RS232 कन्व्हर्टरच्या सत्य सारण्यांची पडताळणी. विविध सर्किट्सचे अनुकरण आणि चाचणी करण्यासाठी सर्किट सिम्युलेशन सॉफ्टवेअरचा सराव करा. संगणक प्रणाली एकत्र करा, ओएस स्थापित करा, एमएस ऑफिससह सराव करा. इंटरनेट वापरा, ब्राउझ करा, मेल आयडी तयार करा, डाउनलोड करा

शोध इंजिन वापरून इंटरनेटवरून इच्छित डेटा. मायक्रोप्रोसेसर ट्रेनर किट, मायक्रोप्रोसेसरवरील मूलभूत प्रोग्रामसह परिचय. मापन व्होल्टेज, CRO वापरून वारंवारता, ऑपरेटिंग स्टोरेज ऑसिलोस्कोप. आणि बरेच काही.

आम्ही प्रत्येक नवीन आवृत्तीसह नवीन प्रश्नांची उत्तरे जोडतो. कृपया काही त्रुटी/वगळल्यास आम्हाला ईमेल करा. सर्व अभियांत्रिकी बहुपर्यायी प्रश्न आणि उत्तरांसाठी हे निर्विवादपणे सर्वात मोठे आणि सर्वोत्तम ई-पुस्तक आहे.

विद्यार्थी म्हणून तुम्ही ते तुमच्या परीक्षेच्या तयारीसाठी वापरू शकता. हे ई-पुस्तक प्राध्यापकांना साहित्य रीफ्रेश करण्यासाठी देखील उपयुक्त आहे.

ऋणनिर्देश, पावती

21 व्या शतकातील औद्योगिक क्षेत्रातील वेगाने वाढणाऱ्या मागणीच्या अनुषंगाने बहु-कुशल कारागीरांचा पुरवठा करण्यासाठी व्यवसाय शिक्षण आणि व्यवसाय प्रॅक्टिकल विभागामार्फत व्यावसायिक शिक्षण आणि प्रशिक्षण विभागामार्फत व्यावसायिक शिक्षण आणि प्रशिक्षण दिले जाते. संस्थांमधील सर्व व्यवसाय महत्त्वाचे आहेत, कारण या व्यवसायांतील प्रशिक्षणार्थी उद्योगाच्या मागणीनुसार बहु-कौशल्ये विकसित करतात.

औद्योगिक क्षेत्रातील सर्व उद्योगांमधील सर्व परीक्षा ऑनलाइन घेतल्या जातात आणि त्यामध्ये MCQ पद्धतीच्या प्रश्नांचा समावेश होतो हे लक्षात घेऊन सर्व व्यवसायांसाठी योग्य MCQ ई-पुस्तके उपलब्ध करून देण्याच्या उदात्त हेतूने. श्री.मनोज मधुकर डोळे यांनी नवीन वार्षिक अभ्यासक्रमानुसार MCQ पद्धतीवर खूप चांगले ई-बुक लिहिले आहे. हे ई-बुक सर्व प्रशिक्षणार्थी, प्रशिक्षणार्थी उमेदवार, प्रशिक्षण प्रशिक्षक आणि संबंधित इतरांसाठी निश्चितच मार्गदर्शक ठरेल.

पुस्तकाचे लेखक श्री.मनोज मधुकर डोळे आहेत, इन्स्ट्रक्टर गव्हर्नमेंट ITI सातारा यांना 17 वर्षांचा प्रशिक्षणाचा अनुभव आहे. नवीन वार्षिक पॅटर्न म्हणून लिहिलेल्या, या ई-बुकमध्ये प्रत्येक विषयासाठी मांडणी, सोपी भाषा आणि सोपी वाक्यरचना, आकृती आणि व्हिडिओ समजून घेण्यासाठी आधुनिक डिजिटल QR कोड तंत्रज्ञान समाविष्ट केले आहे. त्यामुळे सखोल अभ्यास आणि परीक्षेच्या सरावासाठी हे ई-बुक नक्कीच उपयोगी पडेल याची मला खात्री आहे. त्यांनी केलेले काम नक्कीच कौतुकास्पद आहे.

श्री तुकाराम मिसाळ
प्राचार्य शासकीय औद्योगिक प्रशिक्षण संस्था सातारा.

नांदी, प्रस्तावना

DGET नवी दिल्ली आणि CSTARI कोलकाता ऑगस्ट 2018 च्या सत्रापासून ITI मधील सर्व व्यवसायांसाठी वार्षिक पॅटर्न लागू करत आहेत. परीक्षा पद्धतीतही बदल करण्यात येणार असून या वर्षीपासून ती ऑनलाइन होणार असून सर्व प्रश्न वस्तुनिष्ठ स्वरूपाचे (MCQ) असल्याने प्रशिक्षणार्थींना सखोल अभ्यासाची नितांत गरज आहे. हे लक्षात घेऊन जुन्या NIMI पॅटर्नवर आधारित पुस्तके आणि नवीन वार्षिक पॅटर्नचे संपूर्ण विहंगावलोकन सादर करताना आम्हाला आनंद होत आहे आणि आम्हाला आशा आहे की ही पुस्तके सर्व व्यवसाय संचालक आणि प्रशिक्षणार्थींसाठी मार्गदर्शक ठरतील. आहे.

ही पुस्तके लिहिल्याबद्दल जोहर आवटे साहेब, ITI अकलूजचे प्राचार्य. ITI सातारा चे माजी प्राचार्य सायगावकर साहेब, सहाय्यक संचालक श्री चंद्रकांत ढेकणे साहेब व्यवसाय शिक्षण व प्रशिक्षण प्रादेशिक कार्यालय, पुणे, जिल्हा व्यवसाय शिक्षण व प्रशिक्षण अधिकारी सचिन धुमाळ साहेब व मुख्याध्यापिका शासकीय तंत्रनिकेतन केंद्र शाल्मली पवार मॅडम व मुलगा अधिराज डोळे, आई कुसुम डोळे. , माझे वडील मधुकर डोळे आणि पत्नी अश्विनी डोळे यांनी वेळोवेळी केलेल्या विशेष मार्गदर्शन व सहकार्याबद्दल मी त्यांचा मनःपूर्वक आभारी आहे.

तसेच अतिशय कमी कालावधीत पुस्तक प्रकाशित करण्यात अमूल्य वेळ दिल्याबद्दल श्री राजेंद्र घुमे साहेब, सहसंचालक, व्यवसाय शिक्षण व प्रशिक्षण प्रादेशिक कार्यालय, पुणे यांनी पुस्तकाचे पुनरावलोकन केले. त्यांच्या अभिप्रायाबद्दल मी मनापासून आभारी आहे.

पुस्तक लिहिण्याच्या सुरुवातीपासूनच सतत पाठबळ दिल्याबद्दल ITI सातारा च्या प्रशिक्षकांचा मी आभारी आहे.

या पुस्तकातून, ई-लर्निंगबद्दलचे माझे विचार तुमच्याशी शेअर करण्यात मी स्वतःला धन्य समजतो. हे पुस्तक परिपूर्ण आहे असा दावा मी करणार नाही, कारण परिपूर्णतेचा विचार करता हे पुस्तक एक प्रयत्न आहे आणि बाल्यावस्थेत आहे. त्यांची चाचणी आणि सूचना दिल्यास ते सुधारण्यासाठी मोलाचे ठरतील.

मनोज डोळे

दिनांक 9/1/2019

1

इन्स्ट्रुमेंट मेकॅनिक प्रथम वर्ष QR Code Images

Download App
Online Test Exam
ITI Books
AutoCAD CAM
JOB & Apprentice
Online Theory
Computer Course
Trading Course
CNC Course
MSCIT Course
Shopping Business
Internet Business
Web Designing
Online Services
Top Sportsmans
Indian Army
Freedom Fighters
Top Scientists
Social Reformers
Motivational Speaker
Top Richest People
Join WhatsApp Group
Join Facebook Group
Like Facebook Page
PAN / Adhar / Licence
Passport

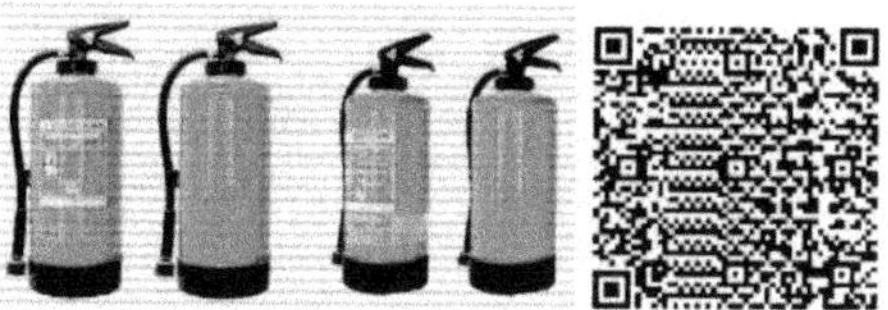

Fire extinguisher

Calliper

Hacksaw frame

Universal surface guage

Hammer

Centre punch

Bench vice

Files

Scraper

Surface Plate

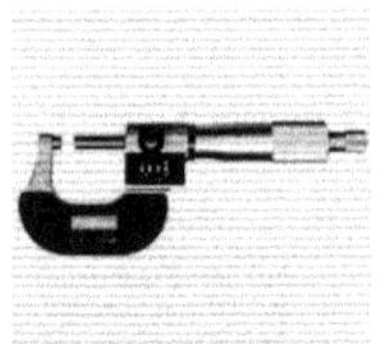

Outside Micrometer

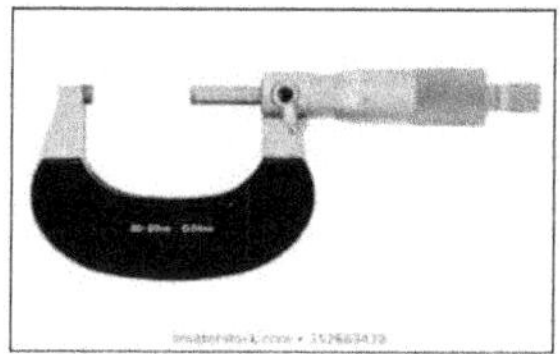

Micrometer

Depth micrometer

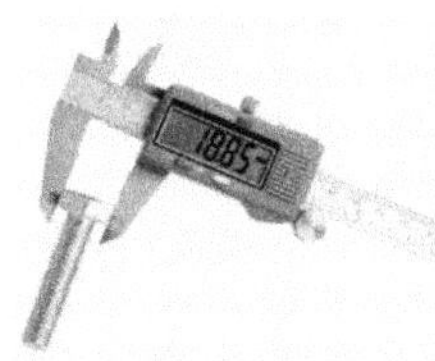

Vernier Calliper

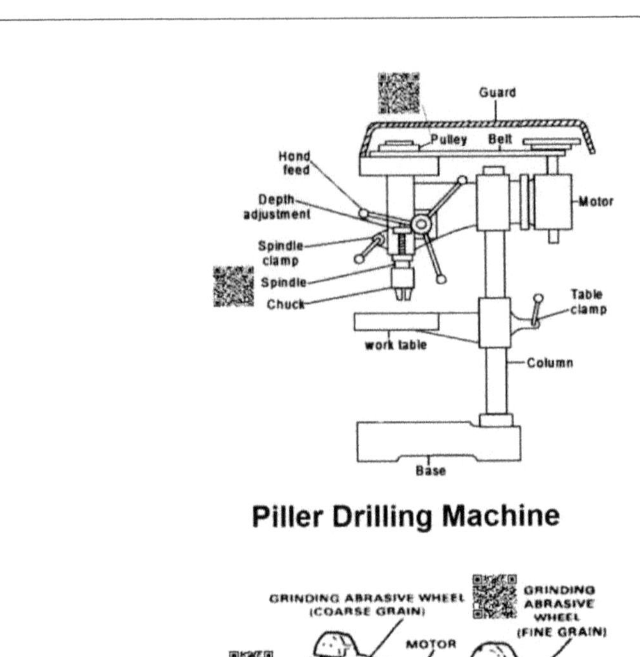

Piller Drilling Machine

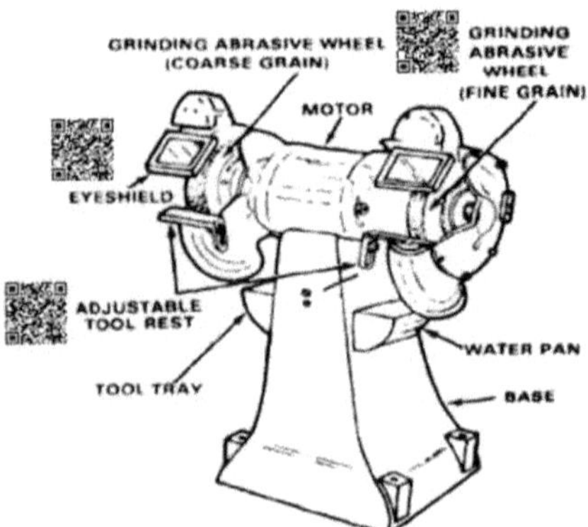

Pedastal Grinding Machine

14 ITI Book MCQ - Manoj Dole
www.itibook.com
BATTERY
battery
capacitor
cell
dynamometer
electromagnet
heater
Magnetic Field
Induced Voltage
inductance
magnet
www.itigov.blogspot.com
www.jobapprentices.blogspot.com
www.ititests.blogspot.com
www.itibook.com

15 ITI Book MCQ - Manoj Dole
www.itibook.com
megger
motor
multimeter
ohmmeter
resistores
star connected
alternator
voltmeter
ammeter
wattmeter
www.itigov.blogspot.com www.jobapprentices.blogspot.com www.ititests.blogspot.com
www.itibook.com

COMPUTER PARTS
COMPUTER
MOUSE
KEY BOARD
SCREEN / MONITOR
FLASH DRIVE
TOWER
COMPACT DISC
LAPTOP
PRINTER
SCANNER
CARTRIDGES
WEB CAM

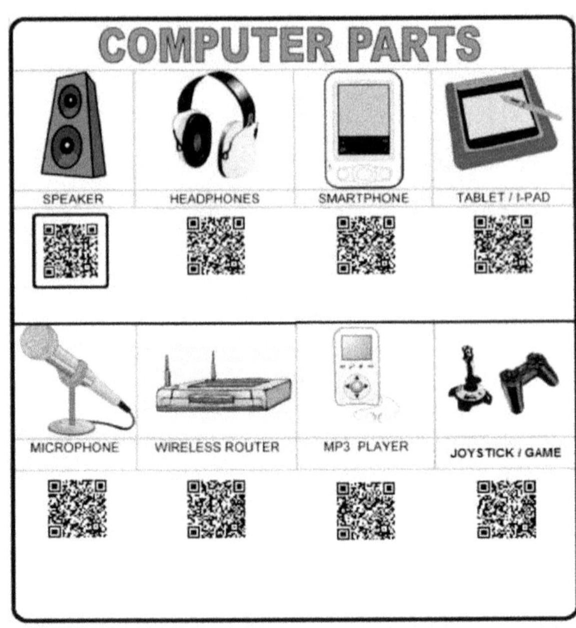
COMPUTER PARTS
SPEAKER
HEADPHONES
SMARTPHONE
TABLET / I-PAD
MICROPHONE
WIRELESS ROUTER
MP3 PLAYER
JOYSTICK / GAME

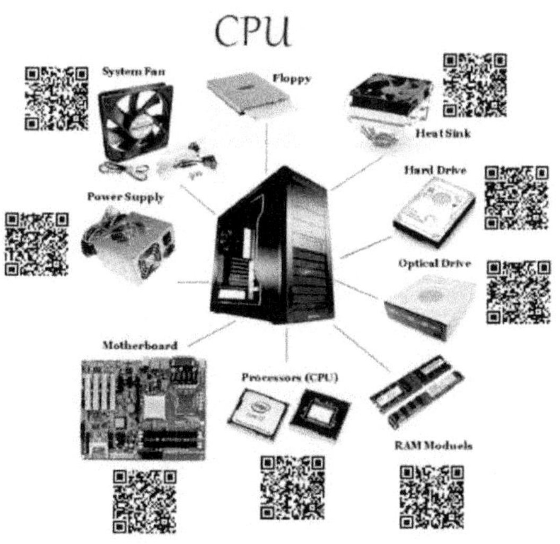

Computer CPU
Hardware Components

Motherboard
Hardware Components

Learn DOS Commands
All DOS Command with explanations
MS-DOS
Computer
Operator

topic
Microsoft Access

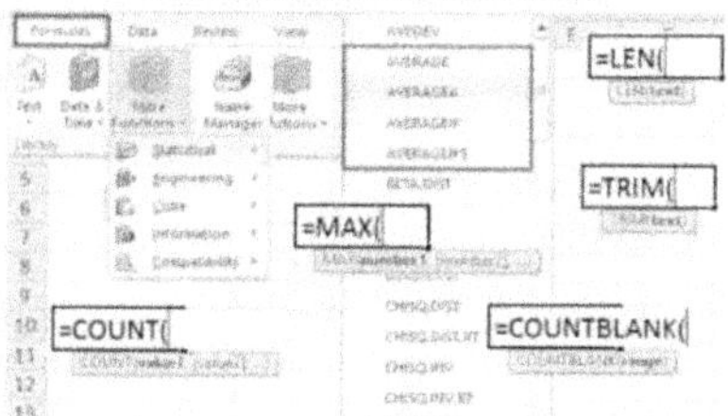
Excel Basic Functions
=LEN(
=TRIM(
=MAX(
=COUNT(
=COUNTBLANK(

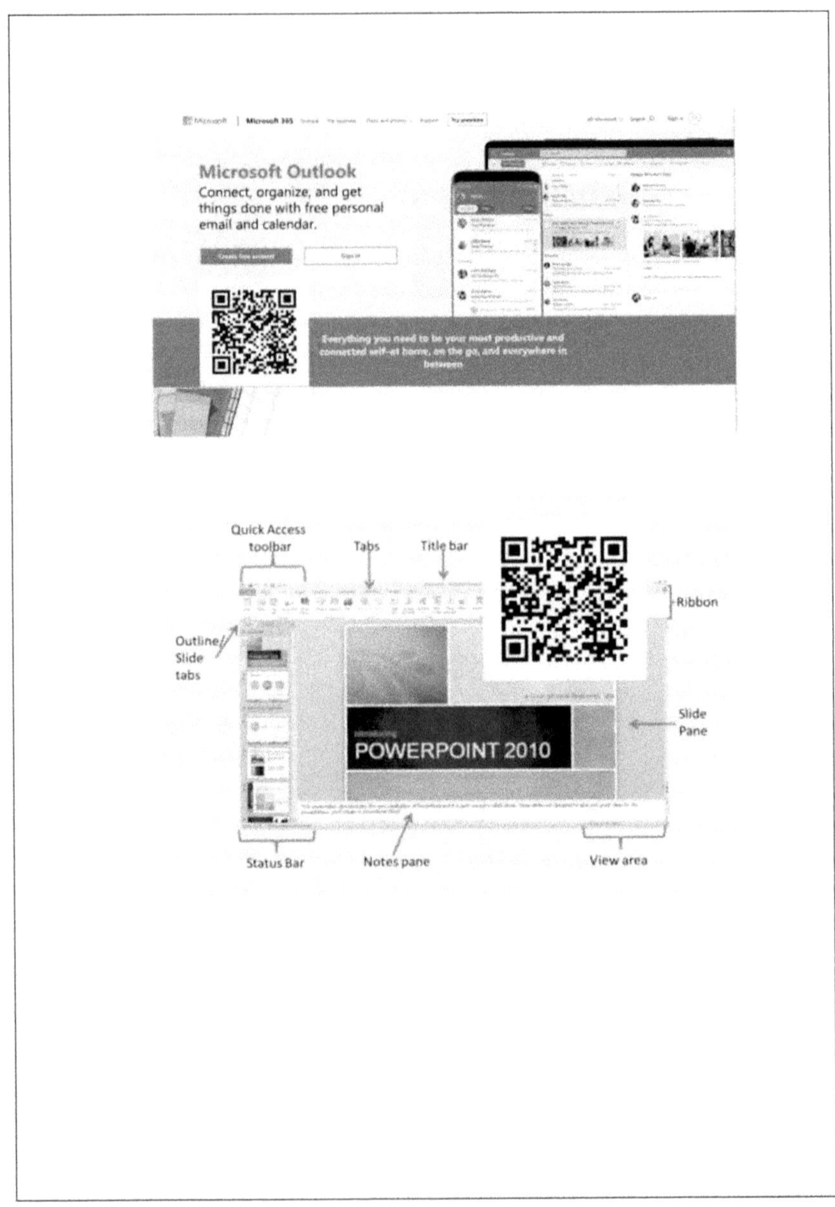
Microsoft Outlook
Connect, organize, and get things done with free personal email and calendar.
Everything you need to be your most productive and connected self-at home, on the go, and everywhere in between
Quick Access toolbar
Tabs
Title bar
Ribbon
Outline/ Slide tabs
Slide Pane
POWERPOINT 2010
Status Bar
Notes pane
View area

MS Paint

Microsoft
FEATURES OF
MS WORD
IN HINDI
W

Software Installation

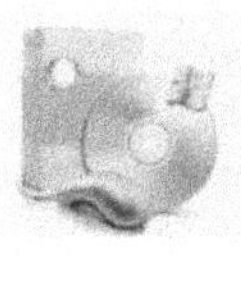

CDBurnerXP
Top Linux OS

2

इन्स्ट्रुमेंट मेकॅनिक प्रथम वर्ष मराठी MCQ

1] कार्यशाळा सुरक्षा कोणती आहे?

अ] दुकानातीलमजलास्वच्छआणिग्रीस, तेलकिंवाइतरनिसरड्यापदार्थांपासूनमुक्तठेवा

ब] वेग बदलण्यापूर्वी मशीन थांबवा

C] क्रॅक किंवा चीप केलेली साधने वापरू नका

ड] धावणारे मशीन हाताने थांबवण्याचा प्रयत्न करू नका

२] पर्सनल प्रोटेक्ट इक्विपमेंट (पीपीई) मध्ये हेल्मेट वापरले जाते

अ] डोकेसंरक्षितकरा

ब] डोळ्यांचे रक्षण करा

क] हातांचे संरक्षण करा

ड] कानांचे रक्षण करा

3] खालीलपैकी कोणते सामान्य सुरक्षिततेशी संबंधित आहे?

A चांगल्या वृत्तीचा कार्यकर्ता ठेवा

ब] काम स्वच्छ आणि स्पष्ट

क] आपल्या कामावर लक्ष केंद्रित करा

ड] मजलाआणिगँगवेस्वच्छआणिस्वच्छठेवा

4] दळताना डोळ्यांच्या संरक्षणासाठी कोणता वापर केला जातो?

अ] गडद हिरवा काच

ब] मुखवटा

क] सूर्याचा चष्मा

ड] सुरक्षागॉगल

5] मशीनच्या सुरक्षिततेसाठी खालीलपैकी काय केले जाते?

अ] मशीनसुरूकरण्यापूर्वीतेलाचीपातळीतपासा

ब] पद्धतशीर पद्धतीने कामे करा

क] मजला आणि गँगवे स्वच्छ आणि स्वच्छ ठेवा

ड] डाय आणि स्कार्फ वापरू नका

6] ln पर्सनल प्रोटेक्ट इक्विपमेंट (PPE], 'स्लीव्हज'चा वापर संरक्षणासाठी केला जातो ----------

चेहरा

ब] डोळे

क] कान

<u>ड] हात</u>

7] ABC म्हणजे --------------

अ] स्वयंचलित श्वास नियंत्रण

ब] स्वयंचलित रक्त नियंत्रण

<u>क] वायुमार्गश्वासअभिसरण</u>

ड] स्वयंचलित रक्त परिसंचरण

8] आग आणि आग विझवणारे

fire extingusher Fire Extingusher

अग्नीरोधक

9] "वर्ग ब" आग विझवण्यासाठी अग्निशामक यंत्राचे प्रकार वापरले जातात ....

<u>अ] कोरडीशक्ती</u>

ब] कार्बन डायऑक्साइड

क] पाण्याचा जेट

ड] फोम प्रकार

10] सामान्य आग विझवण्यासाठी कोणत्या प्रकारचे अग्निशामक यंत्र वापरले जाते?

<u>अ] पाण्याचेप्रकारविझविण्याचेयंत्र</u>

ब] फोम प्रकार एक्टिंग्विशर

क] कोरडी रासायनिक पावडर एक्टिंग्विशर

D] कार्बन डायऑक्साइड (C02] एक्टिंग्विशर

11] रक्तस्त्राव झाल्यास उपचार घ्या

डी] थंड 3" आणि विश्रांती

<u>अ] थंडपाण्याचीफवारणीकरा</u>

ब] लगेच मलमपट्टी -----.

ब] अपघात विचार उपचार बद्दल चौकशी

safety workshop safety

12] अपघात झाल्यास, पीडितेने आय.एम

अ] विश्रांती घेण्यास सांगितले

<u>क] तात्काळहजरझाले</u>

डी] त्याला सोडा

13] जखमी किंवा आजारी व्यक्तीला प्राथमिक उपचार दिले जातात....

अ] जीव वाचवा

ब] मफचा पुढील बिघाड टाळा

C] शक्य तितक्या चांगल्या सोई द्या

<u>ड] हेसर्व</u>

14] कचरा पेपर वेगळे करण्यासाठी डब्यांचा कलर कोड ----- आहे.

<u>अ] निळारंग</u>

ब] पिवळा रंग

क] लाल रंग

ड] हिरवा रंग

15] जपानी भाषेत सेको म्हणजे --------------

<u>अ] चमकणे</u>

ब] क्रमवारी लावा

क] प्रमाणीकरण

ड] टिकवणे

16] SS प्रणालीचा फायदा ------ आहे.

अ] उत्पादकतेत वाढ

ब] गुणवत्तेत वाढ

क] वेळेचा अपव्यय कमी करणे

<u>ड] हेसर्व</u>

17] सुरक्षा म्हणजे -----------

अ] कोणाचाही व्यवसाय नाही

<u>ब] प्रत्येकशरीराचाव्यवसाय</u>

क] काही शरीर व्यवसाय

ड] संस्थेचा व्यवसाय

18] मूलभूत श्रेणींसाठी सुरक्षा चिन्हे उपलब्ध आहेत "निषेध" चिन्हाचा अर्थ ----

<u>अ] दाखवतेकीतेकेलेजाऊनये</u>

ब] काय केले पाहिजे ते दाखवते

क] धोक्याची किंवा धोक्याची चेतावणी देते

ड] सुरक्षा तरतुदीची माहिती देते

18] एक मायक्रोमीटर (U] समान आहे...

अ] 0.1 मि.मी

ब] 0.01 मिमी

C] <u>0.001 मिमी</u>

ड] 0.0001 मिमी

19] स्लॉटची रुंदी मोजण्यासाठी कॅलिपर म्हणजे...

अ] विषम पाय कॅलिपर

ब] बाहेरील कॅलिपर

C] जेनी कॅलिपर

ड] <u>कॅलिपरच्याआत</u>

<u>caliper</u> <u>hand tools</u>

कॅलिपर

20] विभाजकांचा आकार ----------- द्वारे निर्दिष्ट केला जातो.

अ] पायांची एकूण लांबी

ब] पूर्णपणे उघडल्यावर बिंदूंमधील अंतर

क] बिंदू नसलेल्या पायांची लांबी

<u>D] पिव्होटआणिबिंदूमधीलअंतर</u>

21] समांतर रेषा चिन्हांकित करण्यासाठी वापरलेले साधन आहे, डेटाम काठाच्या समांतर आहे -

<u>अ] जेनीकॅलिपर</u>
ब] विभाजक
क] बाहेरील कॉलीपर
ड] कॅलिपरच्या आत
22] खालीलपैकी कोणते एक अप्रत्यक्ष मोजण्याचे साधन आहे?
<u>अ] बाहेरीलकॅलिपर</u>
ब] व्हर्नियर कॅलिपर
क] पोलादी नियम
ड] बाहेरील मायक्रोमीटर
23] पातळ नळ्या कापण्यासाठी, हॅकसॉ ब्लेडची सर्वात योग्य पिच आहे...
अ] 1.8 मिमी
ब] 1.4 मिमी
क] 1 मि.मी
ड] <u>0.8 मि.मी</u>
24] ठोस पितळ कापण्यासाठी, हॅकसॉ ब्लेडची सर्वात योग्य पिच आहे...
अ] <u>1.8 मिमी</u>
ब] 1.4 मिमी
क] 1 मि.मी
ड] 0.8 मि.मी

hacksaw Hacksaw Frame Blade

हॅकसॉ फ्रेम

25] काही स्ट्रोक नंतर एक नवीन हॅकसॉ ब्लेड मुळे सैल होते ...
अ] <u>ब्लेडचेताणणे</u>
ब] विंग-नट धागे जीर्ण होत आहेत
क] ब्लेडची चुकीची खेळपट्टी
डी] करवतीच्या संचाची अयोग्य निवड.

26] लहान व्यासाचे पाईप्स कापताना, नियमितपणे पाहणे आणि याची खात्री करणे उचित आहे ...

अ] कट वक्र रेषेसह आहे

ब] <u>अधिककरवतीचेदातसंकुचितआहेत</u>

क] काम जास्त तापलेले नाही

ड] हॅकसॉचे योग्य संतुलन राखले जाते

27] व्हाइस क्लॅम्पचा वापर यासाठी केला जातो...

अ] कठीण जबड्याचे रक्षण करा

ब] कामाचे तुकडे कडकपणे घट्ट करा

क] <u>तयारपृष्ठभागसंरक्षितकरा</u>

ड] जंगम जबडा दाखल होण्यास प्रतिबंध करा

28] चिन्हांकित करताना संदर्भ पृष्ठभाग प्रदान केला जातो...

अ] पृष्ठभाग मापक

ब] वर्कपीस

क] कामाचे रेखाचित्र

D] <u>मार्किंगटेबलपृष्ठभाग</u>

29] अभियंत्याच्या वाइसचा आकार द्वारे निर्दिष्ट केला जातो ...

अ] जंगम जबड्याची लांबी

ब] <u>जबड्याचीरुंदी</u>

क] दुर्गुणाची उंची

ड] जबडा जास्तीत जास्त उघडणे

30] सार्वत्रिक पृष्ठभाग गेजचा भाग जो डेटाम काठावर समांतर रेषा काढण्यास मदत करतो.

अ] रॉकर हात

ब] स्नग

क] बारीक समायोजन स्क्रू

ड] <u>मार्गदर्शकपिन</u>

universal surface gauge | Surface Gauge

युनिव्हर्सल पृष्ठभाग गेज

31] स्क्राइबर बनलेले आहेत ...

अ] सौम्य पोलाद

ब] <u>उच्चकार्बनस्टील</u>

क] पितळ

ड] कास्ट लोह

32] हँडल फिक्स करण्यासाठी वापरल्या जाणाऱ्या हातोड्याचा भाग...

चेहरा

ब] पेन

क] गाल

ड] <u>डोळाछिद्र</u>

33] चिन्हांकित करण्याच्या हेतूसाठी हातोड्याचे वजन आहे ...

अ] <u>250 ग्रॅम</u>

ब] 500 ग्रॅम

C] 1 किग्रॅ

ड] 2 किग्रॅ

hammer Hammers

हातोडा

३४] डिव्हायडर्सचा आकार...

अ] पायांची एकूण लांबी

ब] पूर्णपणे उघडल्यावर बिंदूमधील अंतर

क] बिंदूशिवाय पायांची लांबी

D] पिव्होटआणिबिंदूमधीलअंतर

35] 'V' ब्लॉकच्या खोबणीचा समाविष्ट केलेला कोन नेहमीच असतो....

अ] ४५०

ब] ६००

क] 90०

ड] 120०

36] 'V' ब्लॉक्सच्या ग्रेडमध्ये उपलब्ध आहेत...

अ] अआणिब

ब] अ, ब आणि क

क] १,२ आणि ३

ड] १ आणि २

37] 'B' ग्रेडचे 'V' ब्लॉक बनलेले आहेत

अ] कास्टलोह

ब] सौम्य पोलाद

क] पोलाद

ड] कास्ट स्टील

38] केंद्र शोधण्यासाठी वापरलेल्या पंचाचे नाव सांगा.

अ] प्रिक पंच ३०°

ब] प्रिक पंच ६०°

क] केंद्रपंच

ड] डॉट पंच

Centre punch 1 Punches

मध्यभागी पंच

39] केंद्र पंचाचा बिंदू कोन -------- आहे.

अ] ३०°

ब] ५०°

c] 900

ड] 1200

40] पंचांचा वापर --------- कोणत्याही आकाराचा बनवण्यासाठी केला जातो

अ] छिद्र

ब] खाण

C] Knurling

ड] रीमिंग

41] साधारणपणे वाइसच्या हँडलची लांबी ---------- असते.

अ] वाइसच्या सामान्य आकाराच्या 1.5 पट

ब] वाइसच्यासामान्यआकाराच्या 2.5 पट

क] वाइसच्या सामान्य आकाराच्या 3.5 पट

ड] वाइसच्या सामान्य आकाराच्या 4.5 पट

bench vice Bench Vice

खंडपीठ उपाध्यक्ष

42] बेंच व्हाईस स्पिंडल .... चे बनलेले असते.

अ] सौम्यपोलाद

ब] कास्ट लोह

क] साधन स्टील

ड] कांस्य

43] फाइल्सची उत्तलता मदत करते...

अ] अवतल पृष्ठभाग फाइल करण्यासाठी

ब] बहिर्वक्र पृष्ठभाग फाइल करण्यासाठी

क] कामाच्याकडागोलाकारटाळण्यासाठी

D] दाब लागू झाल्यावर सरळ होणारी फाईल

files 1 Files

फाईल्स

44] लाकूड, चामडे आणि इतर मऊ साहित्य भरण्यासाठी कोणती फाईल वापरली जाते?

अ] सिंगल कट फाइल

ब] डबल कट फाइल

c] रास्पकटफाइल

ड] वक्र कट फाइल

45] वापरलेली फाईल ------------ साठी वापरली जाते.

अ] कामाचा तुकडा साफ करणे

क] फाइल दात नूतनीकरण

ब] फाईलचेदातसाफकरणे

ड] चिप्स साफ करणे

४६] फाइल कार्ड -------- यासाठी वापरले जाते.

अ] कामाचा तुकडा स्वच्छ करा

C] फाईलचे दात नूतनीकरण करा

ब] फाईलचेदातस्वच्छकरा

47] लेखकाचा बिंदू कोन ----------- आहे.

अ] ३०°

ब] ६०°

C] 5° ते 10°

D] 12° ते 15°

48] कास्ट आयरनला चिपकण्यासाठी कटिंग अँगल आहे...

अ] ३७.५°

ब] 55°

क] 60°

ड] 90°

chisel hand tools

49] छिन्नी सामग्रीमध्ये खोदेल जेव्हा...

अ] रेक कोन अधिक आहे

ब] क्लिअरन्स कोन खूप कमी आहे

क] झुकावकोनअधिकआहे

ड] झुकाव कोन खूप कमी आहे

५०] कटिंग एजला थोडासा बहिर्वक्रता दिला जातो...

अ] वक्र पृष्ठभाग कापून टाका

ब] टोकदार कोपरे कापून घ्या

क] टोकेखोदण्यासप्रतिबंधकरा

ड] वंगण आत येऊ द्या

51] सरफेस प्लेट्स कशापासून बनतात...

अ] उच्च दर्जाचे कास्ट स्टील

ब] बारीककच्चालोह

क] मिश्र धातु स्टील्स

ड] लोह

Surface plates hand tools

52] पृष्ठभाग प्लेट्स त्यांच्या लांबी आणि रुंदीनुसार निर्दिष्ट केल्या जातात आणि मध्ये असतात

अ] डेसिमीटर

ब] घनमीटर

क] दंडगोलाकार

53] कोन प्लेटच्या मशीन नसलेल्या भागावर बरगड्या दिल्या जातात...

अ] सुलभ हाताळणी

ब] उत्पादनात सोय

C] मशीनवर सेट करताना क्लॅम्पिंग

ड] कडकपणाआणिविकृतीटाळण्यासाठी

54] अँगल प्लेटवरील स्लॉट यासाठी दिले आहेत...

अ] वजन कमी करणे

ब] काम संरेखित करणे

क] हुक वापरून उचलणे

D] सामावूनघेणारेबोल्ट.

55] कोन प्लेट्सचा आकार द्वारे दर्शविला जातो ...

अ] वजन

ब] लांबी

क] लांबी x रुंदी

ड] आकारक्रमांक

56] सिमेंट कार्बाइड सारख्या मटेरियलवर हाय स्पीड पार्टिंग ऑफ कामासाठी

अ] सर्व मशीन करा

ब] कापण्याचे यंत्र

क] हेवीड्युटीपॉवरपाहिले

ड] खाण यंत्र बसलेले पाहिले

57] तोफा हा तांब्याचा मिश्र धातु आहे, ------------

अ] कथीलआणिजस्त

ब] शिसे आणि जस्त

क] झिंक आणि निकेल

ड] शिसे आणि निकेल

58] कास्ट आयरनचा वापर मशीन बेड तयार करण्यासाठी केला जातो कारण -------

अ] तेअधिकसंकुचिततणावाचाप्रतिकारकरूशकते

ब] ते वजनाने जड असते

क] हा स्वस्त धातू आहे

ड] हा एक ठिसूळ धातू आहे

59] मायक्रोमेट्रिकच्या बाहेर मेट्रिकची अचूकता किंवा किमान गणना --------- आहे

अ] 0-1 मिमी

ब] 0.01 मिमी

C] 0.001 मिमी

ड] 0.02 मिमी

micrometer Out Side Micrometer

60] 1000 मायक्रॉन म्हणजे -----

अ] 1 मि.मी

ब] १ मी

क] 1000 मिमी

ड] 10 सें.मी

61] मेट्रिक मायक्रोमीटरमध्ये, थिमल ॲडव्हान्सची संपूर्ण क्रांती -----------

अ] ०.०१ मिमी

ब] 0.25 मिमी

C] 0.50 मिमी

ड] 1.00 मि.मी

micrometer2 Out Side Micrometer

मायक्रोमीटर

62] मायक्रोमीटरमधील रॅचेट स्टॉप ------------ मदत करते.

अ] दाबनियंत्रितकरा

ब] स्पिंडल लॉक करा

C] शून्य त्रुटी समायोजित करा

ड] कामाचा तुकडा धरा

63] 1000 मायक्रॉन म्हणजे ------------

अ] 1 मि.मी

ब] १ मी

क] 1000 मिमी

ड] 10 सें.मी

64] मायक्रोमीटरच्या बाहेरील 50-75 मिमीचे शून्य वाचन किती आहे?

अ] 0.000 मिमी

ब] 0.01 मिमी

क] 25.00 मिमी

ड] 50.00 मिमी

65] मायक्रोमीटरच्या बाहेरील मेट्रिकच्या स्लीव्हवरील सर्वात लहान भागाचे मूल्य ----- आहे.

अ] 0.50 मिमी

ब] 1.00 मिमी

क] 1.50 मिमी

ड] 2.00 मिमी

66] मायक्रोमीटरमधील रॅचेट स्टॉप --------- मदत करते.

अ] दाबनियंत्रितकरा

ब] स्पिंडल लॉक करा

C] शून्य त्रुटी समायोजित करा

ड] कामाचा तुकडा धरा

67] डेप्थ मायक्रोमीटरची किमान संख्या आहे

अ] 0.5 मिमी

ब] 0.2 मिमी

C] 0.001 मिमी

<u>ड] 0.01 मिमी</u>

Depth micrometer 1 Depth Micrometer

खोली मायक्रोमीटर

68] व्हर्नियर कॅलिपरची सर्वात कमी संख्या आहे (मुख्य स्केल = 49 विभाग, व्हर्नियर स्केल = 50 विभाग)

अ] 0.1 मिमी

ब] 0.01 मिमी

C] 0.001 मिमी

<u>ड] 0.02 मिमी</u>

vernier calliper 1 Vernier Caliper 1

व्हर्नियर कॅलिपर

69] व्हर्नियर कॅलिपर वापरून केलेल्या मोजमापाचा प्रकार ------- आहे.

अ] थेट मोजमाप

<u>ब] अप्रत्यक्षमापन</u>

क] ९०“] (अ] ८१ (ब]

ड] यापैकी नाही

70] व्हर्नियर बेव्हल प्रोट्रॅक्टरची सर्वात कमी गणना आहे...

अ] १”

B] 5‘

क] 1◦

ड] 5 ◦

71] व्हर्नियर बेव्हल प्रोट्रेक्टरचा भाग जो सामान्यतः कोन मोजण्यासाठी संदर्भ आधार म्हणून वापरला जातो ...

अ] ब्लेड

ब] साठा

क] डिस्क

क] मुख्य प्रमाण

vernier bevel protractor 3

Vernier Bevel Protractor

व्हर्नियर बेव्हल प्रोट्रेक्टर

72] व्हर्नियर बेव्हल प्रोटेक्टरचा भाग ज्यावर मुख्य प्रमाणात विभाजने चिन्हांकित केली जातात ...

अ] साठा

ब] डायल करा

क] डिस्क

ड] समायोज्य ब्लेड

73] बेव्हल प्रोट्रॅक्टरचा भाग, जो मापन करताना कललेल्या पृष्ठभागाच्या संपर्कात येतो...

अ] ब्लेड

ब] साठा

क] डिस्क

ड] डायल करा

74] व्हर्नियर बेव्हल प्रोट्रॅक्टरच्या मुख्य स्केलच्या प्रत्येक विभागाचे मूल्य आहे...

अ] ५'
ब] <u>1◦</u>
क] 5◦
ड] 10◦
75] बेव्हल प्रोट्रॅक्टरच्या व्हर्नियर स्केलच्या प्रत्येक भागाचे मूल्य आहे...
अ] 1◦
B] 1◦5'
C] <u>1◦55'</u>
D] 5'
76] टेपर शँक ड्रिल मशीनवर याद्वारे धरले जातात ...
अ] चक
<u>ब] बाही</u>
क] वाहून जाणे
ड] वाइस

drilling
taper shank drills machine

77] ड्रिल चक्स ड्रिलिंग मशीनच्या स्पिंडलवर एका... द्वारे बसवले जातात.
अ] नर्ल्ड रिंग
<u>ब] आर्बर</u>
क] वाहून जाणे
ड] पिनियन आणि किल्ली
78] कवायतींवर दिलेला मोर्स टेपर...
A] <u>MT 1 ते MT 5</u>
ब] MT 1 ते MT 4
C] MT 0 ते MT 5
D] MT 0 ते MT 4
79] ड्रिफ्टचा वापर यासाठी केला जातो...
अ] ड्रिल स्थान काढणे
ब] मशीन स्पिंडलवर चक फिक्स करणे
क] कामातून तुटलेली ड्रिल काढून टाकणे
ड] <u>मशीनस्पिंडलमधूनड्रिलकाढणे</u>

80] जेव्हा ड्रिलची टेपर शँक मशीनच्या स्पिंडलपेक्षा मोठी असते, तेव्हा ड्रिल ठेवण्याचे साधन म्हणजे...

अ] ड्रिल स्लीव्ह

ब] टेपरसॉकेट

क] ड्रिल ड्रिफ्ट

ड] चक आणि कि

81] ड्रिलिंग मशीनमध्ये सौम्य स्टील ड्रिल करण्यासाठी योग्य कटिंग फ्लुइड आहे...

अ] सिंथेटिक विद्रव्य तेल

ब] स्वच्छ तेल

क] डिस्टिल्ड वॉटर

ड] विद्राव्यतेल

82] रेडियल ड्रिलिंग मशीनचे एक विशेष वैशिष्ट्य आहे...

अ] हे एचएसएस ड्रिलसह ड्रिलिंगसाठी वापरले जाऊ शकते

ब] टेबल कोणत्याही स्थितीत हलविले आणि सेट केले जाऊ शकते

C] वेगाची विविधता उपलब्ध आहे

ड] स्पिंडलकोणत्याहीस्थितीतआणलेजाऊशकते

piller

drilling machine drilling-machine-spindle

83] ड्रिलचा बिंदू कोन यावर अवलंबून असतो...

अ] ड्रिलचा आकार

ब] यंत्राचा प्रकार

क] कामाचेसाहित्य

D] ड्रिलचा RPM

84] मानक ड्रिलसाठी बिंदू कोन आहे...

अ] ६०◦

ब] 108◦

क] 118◦

ड] 135◦

85] हेलिकल कोन ठरवतो...

अ] कटिंग अँगल

ब] कोन चघळणे

क] रेककोन

ड] ओठांचा कोन

86] ड्रिलचा क्लिअरन्स कोन दरम्यान आहे...

अ] 3◦ ते 5◦

ब] 8◦ ते 12◦

क] 12◦ ते 20◦

ड] 15◦ ते 20◦

87] दुर्गम ठिकाणी (वीज उपलब्ध नाही) रेल्वे ट्रॅक ड्रिल करायचा आहे. योग्य ड्रिलिंग मशीन निवडा

अ] रेडियल ड्रिलिंग मशीन

ब] पिलर ड्रिलिंग मशीन

क] रॅचेटड्रिलिंगमशीन

ड] संवेदनशील ड्रिलिंग मशीन

drilling drilling machine

ड्रिलिंग

88] कॅबिनेट बनवण्यासाठी सुताराने वापरलेले ड्रिलिंग मशीन म्हणजे...

अ] रॅचेट ड्रिलिंग मशीन

ब] रेडियल ड्रिलिंग मशीन

क] स्तनड्रिलिंगमशीन

ड] संवेदनशील ड्रिलिंग मशीन

89] वीज उपलब्ध नसलेल्या ठिकाणी छिद्र पाडण्यासाठी खालीलपैकी कोणते ड्रिलिंग मशीन वापरले जाते?

अ] बेंच ड्रिलिंग मशीन

ब] पिलर ड्रिलिंग मशीन

क] ड्रिलिंग मशीन पुन्हा डायल करा

D] रॅचेटड्रिलिंगमशीन

90] खालीलपैकी कोणते ड्रिलिंग मशीन हेवी ड्युटी कामासाठी वापरले जाते?

अ] बेंच ड्रिलिंग मशीन

ब] पिलर ड्रिलिंग मशीन

क] रेडियलड्रिलिंगमशीन

ड] इलेक्ट्रिक हँड ड्रिलिंग मशीन

91] ड्रिल चक मशीनच्या स्पिंडलवर ------ च्या माध्यमातून धरले जातात.

अ] आर्बर

ब] वाहून जाणे

क] ड्रॉ-इन बार

ड] चक नट

92] संवेदनशील बेंच ड्रिलिंग मशीनमध्ये ---- द्वारे वेगवेगळे वेग प्राप्त केले जातात.

अ] बेल्टपुलीयंत्रणा

ब] हायड्रॉलिक यंत्रणा

सी] रॅक आणि पिनियन यंत्रणा

ड] कॅम आणि अनुयायी यंत्रणा

176] 50 मेट्रिक खडबडीत धागा M12 x 125 म्हणून नियुक्त केला आहे '12' काय दर्शवते?

अ] प्रमुखव्यास

ब] रूट व्यास

क] खेळपट्टीचा व्यास

ड] रिक्त व्यास

179] लगतच्या धाग्याच्या दोन बाजूंना जोडणाऱ्या वरच्या पृष्ठभागाला म्हणतात

अ] क्रेस्ट

ब] मूळ

क] पार्श्वभाग

ड] धागा कोन आहे

thread2 screw threads

धागा

180] ISO मेट्रिक थ्रेडचा समाविष्ट कोन -------- आहे.

अ] 27 1 /2°

ब] ३०°

C] 55°

<u>ड] ६०°</u>

181] खालीलपैकी कोणत्या स्क्रू थ्रेड फॉर्ममध्ये थ्रेड्सच्या फ्लॅंक्समध्ये 55° कोन समाविष्ट आहे?

<u>अ] बीएधागा</u>

ब] एक्मे धागा

क] बट्रेस धागे

ड] पोर धागा

182] खालीलपैकी कोणते फक्त धाग्याचे योग्य स्वरूप पूर्ण करण्यासाठी आणि राखण्यासाठी वापरले जाते?

<u>एकनळ</u>

ब] थ्रेडिंग साधन

क] थ्रेडिंग चेझर

ड] टिपलेले साधन

1 83] कोन 0f lS धागा (V आकाराचा] ---------- आहे

अ] २९°

ब] ४७ १/४°

C] 50°

<u>ड] 60</u>

184] खालीलपैकी कोणत्या पद्धतीमध्ये फक्त बाह्य धागे तयार केले जातात -------

अ] फॉर्म टूल mEthOd

ब] कंपाऊंड विश्रांती पद्धत

<u>क] टेलस्टॉकऑफसेटपद्धत</u>

ड] टेपर टर्निंग संलग्नक पद्धत.

185] शिखा आणि धाग्याच्या मुळाशी जोडणारा पृष्ठभाग ---- म्हणून ओळखला जातो.

अ] पार्श्वभाग

ब] शंक

क] खेळपट्टीचा पृष्ठभाग

ड] या सर्व

186] दोन स्टार्ट थ्रेडची पिच 4 मिमी आहे. नंतर थ्रेडची लीड ----- यांनी दिली आहे.

अ] 4 मि.मी

ब] 2 मि.मी

क] 8 मि.मी

ड] 6 मि.मी

188] एक मृत्यू ज्यामध्ये एका स्ट्रोकमध्ये एकापेक्षा जास्त कटिंग ऑपरेशन्स तयार होतात

अ] छेदून मरणे

ब] पुरोगामी मरतात

क] कॉम्बिनेशन डाय

ड] कंपाऊंड मरणे

189] एक डाय ज्यामध्ये प्रत्येक स्ट्रोकमध्ये कटिंग आणि नॉन कटिंग ऑपरेशन्स केल्या जातात.

अ] छेदून मरणे

ब] पुरोगामी मरतात

क] संयोजन मरतात

ड] कंपाऊंड मरणे

tap and die1 Tap Die

डाय टॅप करा

190] एक मृत्यू ज्यामध्ये कामावर दोन किंवा अधिक स्थानकांवर दोन किंवा अधिक अनुक्रमिक ऑपरेशन केले जातात.

अ] छेदून मरणे

ब] <u>पुरोगामी मरतात</u>

क] संयोजन मरतात

ड] कंपाऊंड मरणे

191] एक डाय ज्यामध्ये पंच आणि डायचे आकार कमी किंवा कोणत्याही धातूच्या प्रवाहासह थेट धातूमध्ये पुनरुत्पादित केले जातात.

अ] पुरोगामी मरतात

ब] संयोजन मरतात

क] कंपाऊंड मरतात

ड] <u>फॉर्मिंग मरणे</u>

192] कोणत्याही आकाराची छिद्रे तयार करण्यासाठी डाय वापरला जातो.

अ] <u>छेदून मरणे</u>

ब] पुरोगामी मरतात

क] संयोजन मरतात

ड] कंपाऊंड मरणे

193] अपघर्षक .... मध्ये वर्गीकरण आहेत.

<u>अ] दोनप्रकार</u>

ब] तीन प्रकार

c] एक प्रकार

ड] चार प्रकार

194] ------ मधून बनवलेली ग्राइंडिंग व्हील्स सर्वात सामान्य आहेत कारण त्याच्या मुक्त आणि थंड कटिंग क्रियेमुळे.

<u>अ] अॅल्युमिनियमऑक्साईड</u>

ब] सिलिकॉन ऑक्साईड

C] अमोनियम ऑक्साईड

ड] कार्बाइड.

195] खालीलपैकी कोणता अपघर्षक बहुधा धातू नसलेल्या वस्तू कापण्यासाठी चाके कापण्यासाठी वापरला जातो?

अ] अॅल्युमिनियम ऑक्साईड

<u>ब] सिलिकॉनकार्बाइड</u>

क] हिरा

ड] वरीलपैकी नाही

196] टंगस्टन कार्बाइड टूल इन्सर्ट पीसण्यासाठी कोणता अपघर्षक कण वापरला जातो?

<u>अ] सिलिकॉनकार्बाइड</u>

ब] ए|२०३

क] हिरा

ड] कोरंडम

197] खालीलपैकी कोणते नैसर्गिक अपघर्षक आहे?

अ] ॲल्युमिनियम ऑक्साईड

ब] सिलिकॉन

C] बोरॉन कार्बाइड

<u>ड] कोरंडम</u>

198] खालीलपैकी कोणते उत्पादित अपघर्षक आहे?

अ] कॉरंडम.

ब] क्वाट्र्ज

<u>क] सिलिकॉन</u>

ड] एमरी

199] स्टील फिटिंग पीसण्यासाठी कोणता अपघर्षक कण वापरला जातो?

अ] सिलिकॉन कार्बाइड

<u>ब] ॲल्युमिनियमऑक्साईड</u>

क] हिरा.

ड] बोरॉन ऑक्साईड

200] कॉंक्रीटचे दगड आणि गवंडी कापण्यासाठी चाकाचा कोणत्या प्रकारचा अपघर्षक कट वापरावा?

अ] सिलिकॉन

ब] Al203

<u>क] डायमंडग्रिट</u>

ड] काच

201] ॲल्युमिनिअम ऑक्साईड चाक पीसण्यासाठी वापरले जाते ------------

अ] कास्ट लोह

ब] सिमेंट कार्बाइड.

<u>C] HSS '</u>

ड] सिरॅमिक

202] टिप केलेल्या उपकरणाच्या ऑफहँड ग्राइंडिंगसाठी योग्य हिऱ्याच्या चाकाचा बंध .... आहे.

अ] रेझिनोइड

ब] विट्रिफाइड

क] शेलॅक

<u>ड] धातू</u>

Grinding wheels 1 bench grinder-wheel

ग्राइंडिंग व्हील

203] खालीलपैकी कोणते बंध सर्रास वापरले जातात?

<u>अ] विट्रिफाइडबॉण्ड'</u>

ब] रबर बंध

क] शेलॅक बॉंड

ड] सिलिकेट बंध

204] रेझिनोइड .बॉन्डसाठी पारंपारिकपणे वापरले जाणारे चिन्ह ~~~~~~~~~ आहे.

अ] वि

ब] आर फ

<u>क] बी</u>

ड] इ

205] ग्राइंडिंग सराव मध्ये "ग्रेड ऑफ व्हील" या शब्दाचा संदर्भ ---------' आहे.

अ] वापरलेल्या अपघर्षकाची कडकपणा

<u>ब] चाकाच्याबंधाचीताकद</u>

C] 0f चाक समाप्त करा

ड] कामाच्या तुकड्यांची कडकपणा

206] चाके कापण्यासाठी कोणते बंधन वापरले जाते?

अ] रबर

ब] विट्रिफाइड

<u>C] Resirjoid</u>

ड] शेलॅक

207] ग्राइंडिंग व्हीलची कडकपणा ---------- द्वारे निर्धारित केली जाते.

<u>अ] प्रतिकारकेला. ग्राइंडिंगस्ट्रेसविरुद्धबॉण्डद्वारे</u>

ब] अपघर्षक धान्यांचा कडकपणा

क] बंधनाची कडकपणा

ड] आत प्रवेश करण्याची क्षमता

208] अत्यंत वेगाने ग्राइंडिंग व्हील सुरक्षितपणे चालवणे आवश्यक असते तेव्हा कोणता बंध वापरावा? "

अ] विट्रिफाइड

ब] शेलॅक

क] सिलिकेट

D] रेझिनोइड' आणिरबर

209] पृष्ठभाग ग्राइंडिंगमध्ये सामान्य उद्देशाच्या पृष्ठभागाच्या ग्राइंडिंगसाठी ग्राइंडिंग व्हीलच्या धान्य आकाराची योग्य श्रेणी काय आहे?

अ] 20 ते 36

ब] 46 ते 60

क] 80 ते 120

डी] 150 ते 300

210] भारतीय मानकांनुसार, '46' हे धान्य «w.' च्या गटात येते. -----

अ] खडबडीत

ब] मध्यम

क] ठीक आहे

ड] खूप छान

211] ग्राइंडिंग व्हीलमध्ये वापरल्या जाणाऱ्या ऍब्रेसिव्हचा आकार सामान्यतः ---------- द्वारे निर्दिष्ट केला जातो.

अ] कडकपणा क्रमांक

ब] चाकाचा आकार

क] अपघर्षकाची मऊपणा किंवा कडकपणा

ड] जाळीक्रमांक

212] बेंच ग्राइंडर .... साठी वापरतात.

अ] हेवी ड्युटी काम

ब] जड आणि हलके काम

क] लाईटड्युटीकाम

ड] साबणाचे काम

213] बेंच ग्राइंडर .... वर बसवले जातात.

अ] पाया

ब] तक्ता.

क] व्हील गार्ड

ड] कन्व्हेयर

214] खालीलपैकी कोणते विधान बरोबर आहे?‘

अ] आकारतपासण्यासाठीगेजवापरलेजातात

B] साच्याचा वापर चक-द साइज करण्यासाठी केला जातो

क] आकार मोजण्यासाठी गेज वापरतात

D] घटकाचा आकार तपासण्यासाठी गेज वापरतात

215] विभागात कोणत्या मानक तापमानावर गेज ठेवले जातात?

अ] 100 क

ब] 20° से

क] 100 फॅ

ड] 20° फॅ

216] वर्कशॉपमध्ये सामान्यतः स्लिप गेजचा कोणता ग्रेड वापरला जातो?

A] ग्रेड 0

ब] ग्रेड एल

क] ग्रेड एच

ड] ग्रेड 0

slip gauge 1 Slip Gauge

स्लिप गेज

217] भारतीय मानकांनुसार एक विशेष सेट गेज वापरला जातो

अ] 81 तुकडे

ब] 112 तुकडे

क] 120 तुकडे

ड] 130 तुकडे

218] संदर्भ गेजची अचूकता आहे

अ] ०.०५ मिमी

ब] 0.01 मिमी

C] ०.००१.

ड] 0.0001 मिमी

219] स्लिप गेजवर मुंग्याचे बुरखे असल्यास, ते काढून टाकले पाहिजे

अ] भरणे

<u>ब] लॅपिंग</u>

क] खरडणे

ड] दळणे

220] स्लिप गेजची कठोरता असावी?

<u>A] 63 HRC पेक्षाजास्त</u>

ब] 58 HRC

C] 55 HRC

ड] 50 HRC

221]--------------- 0.01 मिमीच्या अचूकतेमध्ये घटक तपासण्यासाठी स्लिप गेजचा वापर केला जातो.

<u>अ] कार्यशाळेचेगेज</u>

ब] तपासणी मापक

क] संदर्भ गेज

ड] रिंग गेज

222], ------------ अचूक साधनाची अचूकता तपासण्यासाठी वापरले जाते.

<u>अ] गेजब्लॉक</u>

ब] फॅंडर गेज

क] साइन बार

D] प्लग गेज

223] अचूकता सुनिश्चित करण्यासाठी वापरण्यापूर्वी स्लिप गेज साफ केले जातात. यासाठी तुम्ही कोणते माध्यम वापराल.

अ] तेल

ब] पातळ

<u>C] कार्बनटेट्राक्लोराईड / पांढरेपेट्रोल</u>

ड] टर्पेन्टाइन तेल

प्रश्न 18. पीव्हीसी प्लगचा वापर ______________ करण्यासाठी केला जातो.

अ). वेगवेगळ्या व्यासाचे पाईप्स कनेक्ट करा

ब). दोन पाईप लाईन जोडा

सी). लहान व्यासाचे पाईप्स सील करा

डी). <u>पाईपलाईनचेटोकसीलकरा</u>

प्रश्न 19. कोणत्या पाईप फिटिंगमुळे दोन पाईप्सची सामग्री एका पाईपमध्ये एकत्र येऊ शकते?

अ). बाजूकडील
ब). फुली
सी). कोपर
डी). परत वाकणे

प्र 20. ट्यूब बेंडिंगसाठी पद्धतीची निवड __________ वर अवलंबून असते.
अ). ट्यूबचा व्यास
ब). ट्यूबचीभिंतजाडी
सी). किमान बेंड त्रिज्या आवश्यक
डी). या सर्व

प्रश्न 21. खाली दिलेल्या आकृतीत ट्यूब वाकण्याची पद्धत काय आहे?
अ) रोटरी ड्रॉ वाकणे
ब) रामवाकणे
क) कम्प्रेशन वाकणे
ड) रोल वाकणे

प्रश्न 22. यापैकी कोणते विधान सत्य नाही?
अ). सीवर पाईप्समध्ये योग्य अंतराने मॅनहोल दिले जातात
ब).. ड्रेनेजडिस्चार्जवाहूननेण्यासाठीगटारांमध्येकॅचबेसिनदिलेजातात
सी). सर्वसाधारणपणे सर्व गटारांमध्ये इनलेट दिले जातात
डी). यापैकी काहीही नाही

प्रश्न 23. एस्बेस्टोस सिमेंट पाईप्स साधारणपणे ____________ घातले जातात.
अ). आडवे
ब). उभ्या
सी). 30 अंशांच्या कोनात
डी). 60 अंशांच्या कोनात

प्रश्न 24. ____________ काढण्यासाठी पाण्याचे क्लोरीनेशन केले जाते.
अ). बॅक्टेरिया
ब). निलंबितठोस
सी). गाळ
डी). कडकपणा

प्रश्न 25. सांडपाण्यातील वंगण आणि तेल काढून टाकण्याला _________ म्हणतात.
अ). स्क्रीनिंग
ब). फिल्टरिंग
सी). स्किमिंग
डी). बायपास

1. शक्तीचे SI एकक आहे
(a) हेन्री
(b) कूलंब
(c) वॅट
(d) वॅट-तास
2. विद्युत दाब देखील म्हणतात
(a) प्रतिकार
(b) शक्ती
(c) व्होल्टेज
(d) ऊर्जा
3. ज्या पदार्थांमध्ये मोठ्या प्रमाणात मुक्त इलेक्ट्रॉन असतात आणि ते कमी असतात प्रतिकार म्हणतात
(a) इन्सुलेटर
(b) प्रेरक
(c) अर्धवाहक
(d) कंडक्टर
4. खालीलपैकी कोणता खराब कंडक्टर नाही?
(a) कास्ट लोह
(b) तांबे
(c) कार्बन
(d) टंगस्टन
5. खालीलपैकी कोणते इन्सुलेट सामग्री आहे?
(a) तांबे
(b) सोने
(c) चांदी
(d) कागद
6. कंडक्टरच्या गुणधर्मामुळे तो विद्युत प्रवाह जातो
(a) प्रतिकार
(b) अनिच्छा
(c) आचरण
(d) अधिष्ठाता
7. आचरण हे परस्पर आहे
(a) प्रतिकार
(b) अधिष्ठाता

(c) अनिच्छा

(d) क्षमता

8. कंडक्टरचा प्रतिकार उलटा बदलतो

(a) लांबी

(b) क्रॉस-सेक्शनचेक्षेत्र

(c) तापमान

(d) प्रतिरोधकता

9. तापमान वाढीसह शुद्ध धातूंचा प्रतिकार

(a) वाढते

(b) कमी होते

(c) प्रथम वाढते आणि नंतर कमी होते

(d) स्थिर राहते

10. तापमानात वाढ झाल्यामुळे अर्धवाहकांचा प्रतिकार

(a) कमीहोते

(b) वाढते

(c) प्रथम वाढते आणि नंतर कमी होते

(d) स्थिर राहते

11. 200 मीटर लांबीच्या तांब्याच्या तारेचा प्रतिकार 21 Q आहे. जर तिची जाडी (व्यास)

0.44 मिमी आहे, त्याचा विशिष्ट प्रतिकार सुमारे आहे

(a) 1.2 x 10~8 Qm

(b) 1.4 x 10~8 Qm

(c) 1.6 x 10""8 Qm

(d) 1.8 x 10"8 Qm

13. विद्युत प्रवाह ओळखणारे साधन म्हणून ओळखले जाते

(a) व्होल्टमीटर

(b) रिओस्टॅट

(c) वॅटमीटर

(d) गॅल्व्हानोमीटर

14. सर्किटमध्ये 33 Q रेझिस्टरमध्ये 2 A चा विद्युत् प्रवाह असतो. रेझिस्टरमधील व्होल्टेज

(a) 33 V

(b) ६६वि

(c) 80 V

(d) 132 V

15. लाइट बल्ब 300 mA काढतो जेव्हा त्यावरील व्होल्टेज 240 V असतो. लाइट बल्बचा प्रतिकार असतो

(a) 400 प्र

(b) ६०० प्र

(c) ८००प्र

(d) 1000 प्र

16. दोन शाखा असलेल्या समांतर सर्किटचा प्रतिकार 12 ohms आहे. जर एका शाखेचा प्रतिकार 18 ओम असेल तर दुसऱ्या शाखेचा प्रतिकार किती असेल?

(a) 18 प्र

(b) ३६प्र

(c) ४८ प्र

(d) ६४ प्र

17. समान सामग्रीच्या चार तारा, समान क्रॉस-सेक्शनल क्षेत्रफळ आणि समान लांबी समांतर जोडल्यास 0.25 क्यू प्रतिरोधकता मिळते. जर त्याच चार तारा जोडल्या गेल्या असतील तर प्रभावी प्रतिकार होईल.

(a) 1 प्र

(b) २ प्र

(c) ३ प्र

(d) ४प्र

18. 16 अँपिअरचा प्रवाह दोन शाखांमध्ये अनुक्रमे 8 ohms आणि 12 ohms च्या समांतर विभाजीत होतो. प्रत्येक शाखेत विद्युत प्रवाह आहे

(a) 6.4 A, 6.9 A

(b) 6.4 A, 9.6 A

(c) 4.6 A, 6.9 A

(d) 4.6 A, 9.6 A

19. तांबे कंडक्टरद्वारे वर्तमान वेग आहे

(a) विद्युत उर्जेच्या प्रसार वेगाप्रमाणेच

(b) वर्तमान ताकदीपासून स्वतंत्र

(c) काही ^.s/m च्याक्रमाने

(d) जवळपास 3 x 108 मी/से

20. खालीलपैकी कोणत्या सामग्रीमध्ये जवळजवळ शून्य तापमान सह-कार्यक्षमता आहे?

(a) मँगॅनिन

(b) पोर्सिलेन

(c) कार्बन

(d) तांबे

21. तुम्हाला रेडिओमध्ये 1500 क्यू रेझिस्टर बदलावे लागेल. तुमच्याकडे 1500 Q रेझिस्टर नाही पण 1000 Q रेझिस्टर आहेत जे तुम्ही कनेक्ट कराल

(a) दोन समांतर

(b) दोनसमांतरआणिएकमालिका

(c) तीन समांतर

(d) मालिकेत तीन

22. जेव्हा दोन प्रतिरोधक मालिकेत जोडलेले असतात असे म्हणतात

(a) समानविद्युत्प्रवाहदोन्हीमधूनउलटूनजातो

(b) दोन्ही प्रवाहाचे समान मूल्य धारण करतात

(c) एकूण प्रवाह शाखा प्रवाहांच्या बेरजेइतका असतो

(d) IR थेंबांची बेरीज लागू केलेल्या emf च्या बरोबरीची आहे

23. खालीलपैकी कोणते विधान मालिका आणि समांतर DC सर्किटसाठी खरे आहे?

(a) घटकांना वैयक्तिक प्रवाह असतात

(b) प्रवाह हे मिश्रित असतात

(c) व्होल्टेज ॲडिटीव्ह असतात

(d) पॉवरॲडिटीव्हआहेत

24. खालीलपैकी कोणत्या सामग्रीमध्ये नकारात्मक तापमान सह-कार्यक्षमता आहे?

(a) तांबे

(b) ॲल्युमिनियम

(c) कार्बन

(d) पितळ

25. ओमचा नियम लागू होत नाही

(a) व्हॅक्यूमट्यूब

(b) कार्बन प्रतिरोधक

(c) उच्च व्होल्टेज सर्किट्स

(d) कमी विद्युत् घनता असलेले सर्किट

26. विजेचा सर्वोत्तम वाहक कोणता आहे?

(a) लोह

(b) चांदी

(c) तांबे

(d) कार्बन

27. खालीलपैकी कोणत्यासाठी 'अँपिअर सेकंद' हे एकक असू शकते?

(a) अनिच्छा

(b) शुल्क
(c) शक्ती
(d) ऊर्जा

28. खालील सर्व वॅट वगळता समतुल्य आहेत
(a) (अँपिअर) ओम
(b) ज्युल्स/से.
(c) अँपिअर x व्होल्ट
(d) अँपिअर/व्होल्ट

29. 10 ohms, 10 W असे रेटिंग असलेले प्रतिरोधक असण्याची शक्यता आहे
(a) धातूचा रोधक
(b) कार्बन रेझिस्टर
(c) वायरजखमेच्यारोधक
(d) व्हेरिएबल रेझिस्टर

30. खालीलपैकी कोणत्यामध्ये नकारात्मक तापमान सह-कार्यक्षमता नाही?
(a) ॲल्युमिनियम
(b) कागद
(c) रबर
(d) मीका

31. Varistors आहेत
(a) इन्सुलेटर
(6) नॉन-लाइनरप्रतिरोधक
(c) कार्बन प्रतिरोधक
(d) शून्य तापमान गुणांक असलेले प्रतिरोधक

32. इन्सुलेट सामग्रीचे कार्य असते
(a) कंडक्टिंग वायर्समध्ये शॉर्ट सर्किट होण्यापासून रोखणे
(b) व्होल्टेजस्त्रोतआणिलोडदरम्यानएकओपनसर्किटप्रतिबंधितकरणे
(c) खूप मोठे प्रवाह चालवणे
(d) खूप उच्च प्रवाह साठवणे

33. फ्यूज वायरचे रेटिंग नेहमी मध्ये व्यक्त केले जाते
(a) अँपिअर-तास
(b) अँपिअर-व्होल्ट्स
(c) kWh
(d) अँपिअर

34. आयनवरील किमान शुल्क आहे

(a) अणूच्या अणुसंख्येइतका
(b) <u>इलेक्ट्रॉनच्याचार्जाइतके</u>
(c) अणू (#) शून्यातील इलेक्ट्रॉनच्या संख्येच्या चार्जाइतके

35. असमान प्रतिकारांसह मालिका सर्किटमध्ये
(a) सर्वात जास्त प्रतिरोधकतेमध्ये सर्वाधिक विद्युत् प्रवाह असतो
(b) सर्वात कमी प्रतिकारामध्ये सर्वाधिक व्होल्टेज ड्रॉप आहे
(c) सर्वात कमी प्रतिकारामध्ये सर्वाधिक विद्युत प्रवाह असतो
(d) <u>सर्वातजास्तरेझिस्टन्समध्येसर्वातजास्तव्होल्टेजड्रॉपहोते</u>

36. इलेक्ट्रिक बल्बचा फिलामेंट बनलेला असतो
(a) कार्बन
(b) ॲल्युमिनियम
(c) टंगस्टन
(d) निकेल

37. 2 A करंट असणारा 3 Q रेझिस्टर ची शक्ती नष्ट करेल
(a) 2 वॅट्स
(b) 4 वॅट्स
(c) <u>6 वॅट्स</u>
(d) 8 वॅट्स

38. खालीलपैकी कोणते विधान सत्य आहे?
(a) समांतर कमी प्रतिकार असलेले गॅल्व्हनोमीटर हे व्होल्टमीटर आहे
(b) समांतर उच्च प्रतिकार असलेले गॅल्व्हनोमीटर हे व्होल्टमीटर आहे
(c) <u>मालिकेतीलगॅल्व्हॅनोमीटरचाप्रतिकारहाकमीअसलेलाअँमीटरआहे</u>
(d) मालिकेतील उच्च प्रतिकार असलेले गॅल्व्हनोमीटर हे अँमीटर आहे

39. बंद इलेक्ट्रिकल सर्किटमध्ये वायर कंडक्टरच्या काही मीटरचा प्रतिकार असतो
(a) <u>व्यावहारिकदृष्ट्याशून्य</u>
(b) कमी
(c) उच्च
(d) खूप उच्च

40. मुख्य रेषेत समांतर सर्किट उघडल्यास, विद्युत् प्रवाह
(a) सर्वात कमी प्रतिकाराच्या शाखेत वाढते
(b) प्रत्येक शाखेत वाढते
(c) <u>सर्वशाखांमध्येशून्यआहे</u>
(d) सर्वोच्च प्रतिरोधक शाखेत शून्य आहे

41. जर 0.2 ohm रेझिस्टन्सच्या वायर कंडक्टरची लांबी दुप्पट केली तर त्याचा रेझिस्टन्स होतो

(a) 0.4 ohm

(b) ०.६ ओम

(c) ०.८ ओम

(d) 1.0 ohm

42. 60 व्ही पॉवर लाईनवर तीन 60 डब्ल्यू बल्ब समांतर आहेत. एक बल्ब उघडा जळल्यास

(a) मुख्य लाईनमध्ये जड विद्युत प्रवाह असेल

(b) उर्वरित दोन बल्ब उजळणार नाहीत

(c) तिन्ही बल्ब पेटतील

(d) इतरदोनबल्बपेटतील

43. प्रत्येकी 40 W चे चार बल्ब एक बॅटरी स्वीफ्ट मालिकेत जोडलेले आहेत, खालीलपैकी कोणते विधान सत्य आहे?

(a) प्रत्येकबल्बमधूनविद्युतप्रवाह

(b) प्रत्येक बल्बमधील व्होल्टेज समान नाही

(c) प्रत्येक बल्बमधील पॉवर डिसिपेशन सारखे नसते

(d) वरीलपैकी काहीही नाही

44. Rl आणि Ri हे दोन रेझिस्टन्स व्होल्टेज स्त्रोतामधील मालिकेत जोडलेले आहेत जेथे Rl>Ri. सर्वात मोठी ड्रॉप ओलांडून असेल

(a) Rl

(b) Ri

(c) Rl किंवा Ri

(d) त्यापैकी एकही नाही

46. बंद स्विचचा प्रतिकार असतो

(a) शून्य

(b) सुमारे 50 ohms

(c) सुमारे 500 ohms

(d) अनंत

47. बल्बच्या फिलामेंटचा गरम प्रतिकार त्याच्या थंड प्रतिकारापेक्षा जास्त असतो कारण फिलामेंटचे तापमान सह-कार्यक्षम असते.

(a) शून्य

(b) नकारात्मक

(c) सकारात्मक

(d) सुमारे 2 ohms प्रति अंश

49. विद्युत प्रवाह वाहून नेणाऱ्या कंडक्टरवर इन्सुलेशन प्रदान केले आहे
(a) विद्युत प्रवाहाची गळती रोखण्यासाठी
(b) शॉक टाळण्यासाठी
(c) वरीलदोन्हीघटक
(d) वरीलपैकी कोणतेही घटक नाहीत

50. कंडक्टरवर प्रदान केलेल्या इन्सुलेशनची जाडी अवलंबून असते
(a) कंडक्टरवरीलव्होल्टेजचेपरिमाण
(b) त्यातून वाहणाऱ्या विद्युत् प्रवाहाचे परिमाण
(c) दोन्ही (a) आणि (b)
(d) वरीलपैकी काहीही नाही

51. मालिका सर्किटच्या सर्व भागांमध्ये खालीलपैकी कोणते प्रमाण समान राहते?
(a) व्होल्टेज
(b) वर्तमान
(c) शक्ती
(d) प्रतिकार

52. 40 W चा बल्ब रूम हीटरसह मालिकेत जोडलेला आहे. जर आता 40 W चा बल्ब 100 W च्या बल्बने बदलला तर हीटर आउटपुट होईल
(a) कमी
(b) वाढ
(c) समान राहते
(d) हीटर जळून जाईल

53. इलेक्ट्रिक केटलमध्ये पाणी 10 मीटर मिनिटांत उकळते. त्याच पुरवठा साधनांचा वापर करून 15 मिनिटांत बॉयलर उकळणे आवश्यक आहे
(a) हीटिंगएलिमेंटचीलांबीकमीकेलीपाहिजे
(b) हीटिंग एलिमेंटची लांबी वाढवली पाहिजे
(c) गरम घटकाच्या लांबीचा पाणी गरम झाल्यास त्यावर कोणताही परिणाम होत नाही
(d) वरीलपैकी काहीही नाही

54. इलेक्ट्रिक फिलामेंट बल्बपासून काम करता येते
(a) फक्त DC पुरवठा
(b) फक्त AC पुरवठा
(c) फक्त बॅटरी पुरवठा
(d) वरीलसर्व

55. लागू व्होल्टेज वाढल्याने टंगस्टन दिव्याचा प्रतिकार
(a) कमी होते

(b) <u>वाढते</u>

(c) समान राहते

(d) वरीलपैकी काहीही नाही

56. सर्किटमधून जाणारा विद्युत प्रवाह निर्माण करतो

(a) चुंबकीय प्रभाव

(b) चमकदार प्रभाव

(c) <u>थर्मलप्रभाव</u>

(d) रासायनिक प्रभाव

(e) वरील सर्व प्रभाव

57. जर सामग्रीचा प्रतिकार नेहमी कमी होतो

(a) सामग्रीचे तापमान कमी होते

(6) सामग्रीचे तापमान वाढले आहे

(c) उपलब्ध मुक्त इलेक्ट्रॉन्सची संख्या अधिक होते

(d) वरीलपैकी काहीही बरोबर नाही

58. जर यंत्राची कार्यक्षमता जास्त असेल तर काय कमी असावे?

(a) इनपुट पॉवर

(b) <u>नुकसान</u>

(c) शक्तीचा खरा घटक

(d) kWh वापरले

(e) आउटपुट ते इनपुटचे गुणोत्तर

59. जेव्हा विद्युत प्रवाह धातूच्या कंडक्टरमधून जातो तेव्हा त्याचे तापमान वाढते. यामुळे आहे

(a) <u>वहनइलेक्ट्रॉनआणिअणूयांच्यातीलटक्कर</u>

(b) मूळ अणूंमधून वहन इलेक्ट्रॉन सोडणे

(c) धातूच्या अणूंमधील परस्पर टक्कर

(d) संवाहक इलेक्ट्रॉन्समधील परस्पर टक्कर

60. 250 V रेट केलेल्या 500 W आणि 200 W चे दोन बल्बचे प्रतिरोधक गुणोत्तर असे असेल

(अ) ४ : २५

(ब) २५ : ४

(c) <u>२ : ५</u>

(d) ५ : २

61. रेशमी कापडाने घासल्यावर काचेची रॉड चार्ज होते कारण

(a) ते प्रोटॉन घेते

(b) त्याचे अणू काढून टाकले जातात

(c) तेइलेक्ट्रॉनदेते

(d) ते सकारात्मक चार्ज देते

62. सर्किट AC असू शकते का. किंवा DC एक, खालील सर्वात प्रभावी आहे विद्युत् प्रवाहाची तीव्रता कमी करणे.

(a) अणुभट्टी

(b) कॅपेसिटर

(c) प्रेरक

(d) रेझिस्टर

63. ते काढणे अधिक कठीण होते

(a) कक्षेतील कोणताही इलेक्ट्रॉन

(6) कक्षेतील पहिला इलेक्ट्रॉन

(c) कक्षेतील दुसरा इलेक्ट्रॉन

(d) कक्षेतीलतिसराइलेक्ट्रॉन

64. जेव्हा समांतर सर्किटचा एक पाय उघडला जातो तेव्हा एकूण वर्तमान इच्छा बाहेर पडते

(a) कमी करा

(b) वाढ

(c) कमी

(d) शून्य होतात

65. दिव्याच्या लोडमध्ये जेव्हा एकापेक्षा जास्त दिवे एकूण रेझिस्टन्सवर स्विच केले जातात

लोड च्या

(a) वाढते

(b) कमीहोते

(c) समान राहते

(d) वरीलपैकी काहीही नाही

66. 100 W आणि 40 W चे दोन दिवे 230 V वर मालिकेत जोडलेले आहेत (पर्यायी).

खालीलपैकी कोणते विधान बरोबर आहे?

(a) 100 W चा दिवा अधिक तेजस्वी होईल

(b) 40 W चादिवाअधिकतेजस्वीहोईल

(c) दोन्ही दिवे सारखेच चमकतील

(d) 40 W चा दिवा फ्यूज होईल

67. 220 V, 100 W दिवाचा प्रतिकार असेल

(a) ४.८४ प्र

(b) ४८.४ प्र

(c) ४८४फूट

(d) ४८४० प्र

68. थेट प्रवाहाच्या बाबतीत

(a) विद्युतप्रवाहाचीपरिमाणआणिदिशास्थिरराहते

(b) वेळेनुसार वर्तमान बदलांची परिमाण आणि दिशा

(c) वेळेनुसार वर्तमान बदलांचे परिमाण

(d) विद्युत् प्रवाहाची तीव्रता स्थिर राहते

६९. पाण्याने भरलेल्या बादलीतून जेव्हा विद्युत प्रवाह जातो तेव्हा भरपूर बुडबुडे होतात निरीक्षण केले. हे सूचित करते की पुरवठ्याचा प्रकार आहे

(a) AC

(b) DC

(c) वरील दोनपैकी कोणतेही

(d) वरीलपैकी काहीही नाही

70. लागू व्होल्टेज वाढल्याने कार्बन फिलामेंट दिव्याचा प्रतिकार.

(a) वाढते

(b) कमीहोते

(c) समान राहते

(d) वरीलपैकी काहीही नाही

71. रस्त्यावरील दिवे मध्ये सर्व बल्ब जोडलेले आहेत

(a) समांतर

(b) मालिका

(c) मालिका-समांतर

(d) एंड-टू-एंड

72. चाचणी उपकरणांसाठी, चाचणी दिव्याचे वॅटेज असावे

(a) खूप कमी

(b) कमी

(c) उच्च

(d) कोणतेही मूल्य

७३. घरातील दिवा लावल्याने रेडिओमध्ये आवाज येतो. कारण स्विचिंग ऑपरेशन उत्पादन करते

(a) विभक्तसंपर्कांवरचाप

(b) उच्च तीव्रतेचा यांत्रिक आवाज

(c) दोन्ही यांत्रिक आवाज आणि संपर्कांमधील चाप

(d) वरीलपैकी काहीही नाही

74. सर्किट जास्त असल्यामुळे लोड बंद केल्यावर स्पार्किंग होते

(a) प्रतिकार

(b) <u>अधिष्ठाता</u>

(c) क्षमता

(d) प्रतिबाधा

75. ठराविक लांबीची आणि रेझिस्टन्सची कॉपर वायर त्याच्या तिप्पट काढली जाते व्हॉल्यूममध्ये बदल न करता लांबी, वायरचा नवीन प्रतिकार होतो

(a) 1/9 वेळा

(b) 3 वेळा

(c) <u>9 वेळा</u>

(d) अपरिवर्तित

76. जेव्हा हीटरचा प्रतिरोधक घटक फ्यूज होतो आणि नंतर आपण त्याचा काही भाग काढून टाकल्यानंतर तो पुन्हा जोडतो तेव्हा हीटरची शक्ती

(a) कमी

(b) <u>वाढ</u>

(c) स्थिर राहणे

(d) वरीलपैकी काहीही नाही

77. शक्तीचे क्षेत्र फक्त दरम्यान अस्तित्वात असू शकते

(a) दोन रेणू

(b) <u>दोनआयन</u>

(c) दोन अणू

(d) दोन धातूचे कण

78. ज्या पदार्थाच्या रेणूंमध्ये भिन्न अणू असतात त्याला म्हणतात

(a) अर्धवाहक

(b) सुपर-कंडक्टो

(c) <u>कंपाऊंड</u>

(d) इन्सुलेटर

79. आंतरराष्ट्रीय ओम च्या रेझिस्टन्सच्या दृष्टीने परिभाषित केले आहे

(a) <u>पाराचाएकस्तंभ</u>

(b) कार्बनचा घन

(c) तांब्याचा घन

(d) वायरची एकक लांबी

80. तीन समान प्रतिरोधक प्रथम समांतर आणि नंतर मालिकेत जोडलेले आहेत. पहिल्या संयोगाचा परिणामी प्रतिकार दुसऱ्याला असेल

(a) 9 वेळा

(b) 1/9 वेळा

(c) 1/3 वेळा

(d) 3 वेळा

91. प्रतिकारांचे परिपूर्ण मापन करण्यासाठी कोणती पद्धत वापरली जाऊ शकते?

(a) लॉरेन्ट्झ पद्धत

(b) Releigh पद्धत

(c) ओमची नियम पद्धत

(d) व्हीटस्टोनब्रिजपद्धत

92. तीन 6 ओम प्रतिरोधक त्रिकोण तयार करण्यासाठी जोडलेले आहेत. कोणत्याही दोन कोपऱ्यांमधील प्रतिकार किती असतो?

(a) 3/2 प्र

(b 6 प्र

(c) ४प्र

(d) ८/३ प्र

93. ओमचा नियम लागू होत नाही

(a) अर्धवाहक

(b) DC सर्किट्स

(c) लहान प्रतिरोधक

(d) उच्च प्रवाह

94. दोन कॉपर कंडक्टरची लांबी समान असते. एका कंडक्टरचे क्रॉस-सेक्शनल क्षेत्र दुसऱ्या कंडक्टरच्या चार पट आहे. जर लहान क्रॉससेक्शनल क्षेत्र असलेल्या कंडक्टरचा प्रतिकार 40 ohms असेल तर इतर कंडक्टरचा प्रतिकार असेल

(a) 160 ohms

(b) 80 ohms

(c) 20 ohms

(d) 10 ohms

95. हीटर कॉइल म्हणून वापरल्या जाणाऱ्या निक्रोम वायरचा प्रतिकार 2 £2/m असतो. 200 V वर 1 kW च्या हीटरसाठी, वायरची लांबी आवश्यक असेल

(a) 80 मी

(b) 60 मी

(c) 40 मी

(d) 20 मी

96. प्रतिरोधक तापमान सह-कार्यक्षमतेच्या दृष्टीने व्यक्त केले जाते

(a) ohms/°C

(b) mhos/ohm°C

(c) ohms/ohm°C

98. हीटर कॉइलमधून विद्युत प्रवाह वाहतो तेव्हा ते चमकते परंतु पुरवठा वायरिंग चमकत नाही कारण

(a) पुरवठा लाईनमधून प्रवाह कमी वेगाने वाहतो

(b) पुरवठा वायरिंग इन्सुलेशन लेयरने झाकलेली असते

(c) हीटरकॉइलचाप्रतिकारपुरवठातारांपेक्षाजास्तअसतो

(d) पुरवठ्याच्या तारा उत्तम साहित्यापासून बनवलेल्या असतात

99. ओमच्या कायद्यानुसार वैधतेची अट अशी आहे

(a) प्रतिकारएकसमानअसणेआवश्यकआहे

(b) विद्युत् प्रवाह प्रतिकाराच्या आकाराच्या प्रमाणात असावा

(c) प्रतिकार वायर जखमेचा प्रकार असावा

(d) सकारात्मक टोकावरील तापमान ऋण टोकावरील तापमानापेक्षा जास्त असावे

100. खालीलपैकी कोणते विधान बरोबर आहे?

(अ) सेमीकंडक्टरएकअशीसामग्रीआहेज्याचीचालकताकंडक्टरआणिइन्सुलेटरसारखीचअसते

(b) अर्धवाहक एक अशी सामग्री आहे ज्यामध्ये धातू आणि विद्युतरोधक यांच्या चालकतेचे सरासरी मूल्य असते.

(c) अर्ध-वाहक असा असतो जो लागू केलेल्या व्होल्टेजपैकी फक्त अर्धा वाहून नेतो

(d) सेमी-कंडक्टर म्हणजे कंडक्टिंग मटेरियल आणि इन्सुलेटरच्या पर्यायी थरांनी बनवलेले साहित्य आहे

101. रिओस्टॅट पोटेंशियोमीटरपेक्षा भिन्न आहे

(a) कमी वॅटेज रेटिंग आहे

(b) उच्चवॅटेजरेटिंगआहे

(c) मोठ्या संख्येने वळणे आहेत

(d) मोठ्या प्रमाणात टॅपिंग ऑफर करते

102. समान विद्युत प्रतिकारासाठी, समान क्रॉस-सेक्शनच्या तांब्याच्या कंडक्टरच्या तुलनेत अॅल्युमिनियम कंडक्टरचे वजन आहे.

(अ) ५०%

(ब) ६०%

(c) 100%

(d) 150%

103. ओपन रेझिस्टर, ओम-मीटर रीडसह तपासल्यावर

(a) शून्य

(b) अनंत

(c) उच्च परंतु सहनशीलतेच्या आत

(d) कमी पण शून्य नाही

104. बहुतेक धातूंपेक्षा कमी परंतु ठराविक इन्सुलेटरच्या तुलनेत बरीच जास्त विद्युत चालकता असलेली सामग्री आहे.

(a) वेरिस्टर

(b) थर्मिस्टर

(c) अर्धवाहक

(d) परिवर्तनीय प्रतिरोधक

105. सर्व चांगले कंडक्टर उच्च आहेत

(a) आचरण

(b) प्रतिकार

(c) अनिच्छा

(d) थर्मल चालकता

106. व्होल्टेज अवलंबित प्रतिरोधक सामान्यतः पासून बनविले जातात

(a) कोळसा

(b) सिलिकॉन कार्बाइड

(c) निक्रोम

(d) ग्रेफाइट

107. व्होल्टेजवर अवलंबून असलेले प्रतिरोधक वापरले जातात

(a) प्रेरक सर्किट्ससाठी

(b) लाटदाबण्यासाठी

(c) हीटिंग घटक म्हणून

(d) वर्तमान स्टॅबिलायझर्स म्हणून

108. प्रोटॉन आणि इलेक्ट्रॉनच्या वस्तुमानाचे गुणोत्तर जवळपास आहे

(a) १८४०

(b) १८४०

(c) ३०

(d) ४

109. कार्बन अणूच्या सर्वात बाह्य कक्षेत इलेक्ट्रॉनची संख्या आहे

(a) ३

(b) ४

(c) ६

(d) ७

110. समांतर जोडलेल्या तीन प्रतिकारांसह, प्रत्येकाने 20 W विघटित केल्यास व्होल्टेज स्त्रोताद्वारे पुरवलेली एकूण उर्जा समान असेल

(a) 10 W

(b) 20 W

(c) 40 W

(d) 60 W

111. थर्मिस्टर आहे

(a) सकारात्मक तापमान गुणांक

(b) नकारात्मक तापमान गुणांक

(c) शून्यतापमानगुणांक

(d) परिवर्तनीय तापमान गुणांक

112. जर/, R आणि t अनुक्रमे वर्तमान, प्रतिरोध आणि वेळ असेल तर त्यानुसार ज्युलच्या नियमानुसार उत्पादित उष्णता याच्या प्रमाणात असेल

(a) I2Rt

(b) I2Rf

(c) I2R2t

(d) I2R2t*

113. निक्रोम वायर हे मिश्र धातु आहे

(a) शिसे आणि जस्त

(b) क्रोमियम आणि व्हॅनेडियम

(c) निकेलआणिक्रोमियम

(d) तांबे आणि चांदी

114. जेव्हा एक व्होल्टचा व्होल्टेज लागू केला जातो तेव्हा सर्किट त्यामधून एक मायक्रो अँपिअर करंट वाहू देतो. सर्किटचे कंडक्टन्स आहे

(a) 1 n-mho

(b) 106 mho

(c) 1 मिली-mho

(d) वरीलपैकी काहीही नाही

115. खालीलपैकी कोणत्यामध्ये नकारात्मक तापमान गुणांक असू शकतो?

(a) चांदीची संयुगे

(6) द्रव धातू

(c) धातूचे मिश्रण

(d) इलेक्ट्रोलाइट्स

116. आचरण : mho ::
(a) प्रतिकार : ओम
(b) कॅपेसिटन्सः हेन्री
(c) अधिष्ठापन : फरद
(d) लुमेन : स्टेरॅडियन
117. 1 angstrom समान आहे
(a) 10-8 मिमी
(b) 10″6 सेमी
(c) 10″10 मी
(d) 10~14 मी
118. एक न्यूटन मीटर समान आहे
(a) एक वॅट
(b) एकजूल
(c) पाच जूल
(d) एक ज्युल सेकंद
1. चुंबकीय सर्किट्समध्ये सामान्यतः हवेतील अंतर घातला जातो
(a) mmf वाढवा
(b) प्रवाह वाढवा
(c) संपृक्ततप्रतिबंधितकरते
(d) वरीलपैकी काहीही नाही
2. फेरोमॅग्नेटिक सामग्रीची सापेक्ष पारगम्यता आहे
(a) एकापेक्षा कमी
(b) एकापेक्षा जास्त
(c) 10 पेक्षा जास्त
(d) 100 किंवा 1000 पेक्षाजास्त
3. चुंबकीय प्रवाहाचे एकक आहे
(a) हेन्री
(b) वेबर
(c) अँपरीटर्न/वेबर
(d) अँपिअर/मीटर
4. चुंबकीय सर्किटमधील पारगम्यता इलेक्ट्रिक सर्किटमध्ये______ शी संबंधित असते.
(a) प्रतिकार
(b) प्रतिरोधकता

(c) <u>चालकता</u>
(d) आचरण
5. चुकीचे विधान दाखवा.
इलेक्ट्रिक मशीनमध्ये चुंबकीय गळती अवांछित आहे कारण ते
(a) <u>त्यांचीउर्जाकार्यक्षमताकमीकरते</u>
(b) त्यांचा उत्पादन खर्च वाढतो
(c) त्यांचे वजन वाढवते
(d) फ्रिंगिंग तयार करते
6. व्हॅक्यूमची सापेक्ष पारगम्यता आहे
(a) <u>१</u>
(b) 1 तास/मी
(c) 1/4JI
(d) 4n x 10-' H/m
7. स्थायी चुंबक सामान्यतः बनलेले असतात
(a) <u>अल्निकोमिश्रधातु</u>
(b) ॲल्युमिनियम
(c) कास्ट लोह
(d) लोह
8. कॉइलद्वारे साठवलेली उर्जा दुप्पट होते जेव्हा तिचा प्रवाह टक्केवारीने वाढतो.
(a) २५
(b) 50
(c) <u>४१.४</u>
(d) 100
9. ते चुंबकीय पदार्थ आर्मेचर आणि ट्रान्सफॉर्मर बनवण्यासाठी सर्वात योग्य आहेत ज्या कोरांमध्ये ____ पारगम्यता आणि ______ हिस्टरसिस कमी आहे.
(a) उच्च, उच्च
(b) कमी, उच्च
(c) <u>उच्च, कमी</u>
(d) कमी, कमी
10. प्रेरक कॉइलद्वारे विद्युत प्रवाहाच्या वाढीचा दर कमाल आहे
(a) त्याच्या कमाल स्थिर मूल्याच्या 63.2% वर
(b) <u>वर्तमानप्रवाहाच्यासुरूवातीस</u>
(c) एक वेळ स्थिर झाल्यानंतर
(d) प्रवाहाच्या अंतिम कमाल मूल्याजवळ
11. जेव्हा कॉइलचे इंडक्टन्स आणि रेझिस्टन्स दोन्हीचे मूल्य दुप्पट केले जाते

(a) वेळस्थिरराहते
(b) विद्युत प्रवाहाच्या वाढीचा प्रारंभिक दर दुप्पट आहे
(c) अंतिम स्थिर प्रवाह दुप्पट आहे
(d) वेळ स्थिरांक अर्धा आहे

12. इंडक्टन्सच्या कॉइलद्वारे विद्युत् प्रवाहाच्या वाढीचा प्रारंभिक दर 10 H जेव्हा 200 V च्या DC पुरवठ्याशी अचानक जोडलेले आहे ________Vs
(a) 50
(b) २०
(c) ०.०५
(d) 500

13. चांगल्या चुंबकीय स्मरणशक्तीसाठी सामग्री असावी
(a) कमी हिस्टेरेसिस नुकसान
(b) उच्च पारगम्यता
(c) कमी धारणा
(d) उच्चधारणा

14. चालकता समरूप आहे
(a) धारणा
(b) प्रतिरोधकता
(c) पारगम्यता
(d) अधिष्ठाता

15. चुंबकीय सामग्रीमध्ये हिस्टेरेसिसचे नुकसान प्रामुख्याने मुळे होते
(a) त्याचे चुंबकीकरण जलद उलटणे
(b) प्रवाह घनता चुंबकीय शक्तीच्या मागे आहे
(c) आण्विक घर्षण
(d) उच्चधारणा

16. हे साहित्य कायमस्वरूपी चुंबक बनवण्यासाठी योग्य आहे
______ धारणा आणि ________ जबरदस्ती.
(a) कमी, उच्च
(b) उच्च, उच्च
(c) उच्च, कमी
(d) कमी, कमी

17. एखाद्या पदार्थाच्या हिस्टेरेसिस लूपचे क्षेत्रफळ मोठे असल्यास, यामध्ये हिस्टेरेसिसचे नुकसान होते.

साहित्य असेल

(a) शून्य
(b) लहान
(c) मोठा
(d) वरीलपैकी काहीही नाही
18. हार्ड स्टील कायम चुंबक बनवण्यासाठी योग्य आहे कारण
(a) त्यातचांगलेअवशिष्टचुंबकत्वआहे
(b) त्याच्या हिस्टेरेसिस लूपचे क्षेत्रफळ मोठे आहे
(c) त्याची यांत्रिक शक्ती जास्त आहे
(d) त्याची यांत्रिक शक्ती कमी आहे
19. सिलिकॉन स्टीलचा वापर इलेक्ट्रिकल मशीनमध्ये केला जातो कारण त्यात आहे
(a) कमी जबरदस्ती
(b) कमी धारणा
(c) कमीहिस्टेरेसिसनुकसान
(d) उच्च बळजबरी
20. आचरण सारखे आहे
(a) पारगम्यता
(b) अनिच्छा
(c) प्रवाह
(d) अधिष्ठाता
21. चुंबकीय प्रवाहाच्या निर्मितीला विरोध करणाऱ्या सामग्रीचा गुणधर्म आहे म्हणून ओळखले
(a) अनिच्छा
(b) चुंबकीय शक्ती
(c) पारगम्यता
(d) अनिच्छा
22. धारणक्षमतेचे एकक आहे
(a) वेबर
(b) वेबर/चौ. मी
(c) अँपिअर टर्न/मीटर
(d) अँपिअर वळण
23. अनिच्छेचा परस्पर संबंध आहे
(a) अनिच्छा
(b) पारगम्यता
(c) पारगम्यता

(d) संवेदनाक्षमता

24. चुंबकीय आणि इलेक्ट्रिक सर्किट्सची तुलना करताना, चुंबकीय सर्किटचा प्रवाह इलेक्ट्रिकल सर्किटच्या कोणत्या पॅरामीटरशी तुलना करता?

(a) Emf

(b) वर्तमान

(c) वर्तमान घनता

(d) चालकता

25. अनिच्छेचे एकक आहे

(a) मीटर/हेन्री

(b) हेन्री/मीटर

(c) हेन्री

(d) 1/हेन्री

26. फेराइट कोरमध्ये लोखंडी कोरपेक्षा कमी एडी करंट हानी असते कारण

(a) फेराइट्समध्येउच्चप्रतिकारअसतो

(b) फेराइट चुंबकीय असतात

(c) फेराइट्सची पारगम्यता कमी असते

(d) फेराइट्समध्ये उच्च हिस्टेरेसिस असते

27. हिस्टेरेसिसचे नुकसान कमीत कमी अवलंबून असते

(a) सामग्रीचे प्रमाण

(b) वारंवारता

(c) सामग्रीचा स्टीनमेट्झ गुणांक

(d) सभोवतालचेतापमान

28. लॅमिनेटेड कोर, इलेक्ट्रिकल मशीनमध्ये, कमी करण्यासाठी वापरले जातात

(a) तांब्याचे नुकसान

(b) एडीकरंटतोटा

(c) हिस्टेरेसिस नुकसान

(d) वरील सर्व

1. टेस्ला चे एकक आहे

(a) फील्ड ताकद

(b) अधिष्ठाता

(c) प्रवाहघनता

(d) प्रवाह

2. पारगम्य पदार्थ एक आहे

(a) जो चांगला कंडक्टर आहे

(6) जे वाईट कंडक्टर आहे

(c) जे एक मजबूत चुंबक आहे

(d) ज्यामधूनबलाच्याचुंबकीयरेषाअगदीसहजपणेजाऊशकतात

3. कमी राखीव क्षमता असलेले साहित्य तयार करण्यासाठी योग्य आहे

(a) कमकुवत चुंबक

(b) तात्पुरतेचुंबक

(c) कायम चुंबक

(d) वरीलपैकी काहीही नाही

4. आजूबाजूला चुंबकीय क्षेत्र अस्तित्वात आहे

(a) लोह

(b) तांबे

(c) ॲल्युमिनियम

(d) मूव्हिंगचार्जेस

5. फेराइट हे साहित्य आहेत.

(a) पॅरामॅग्नेटिक

(b) डायमॅग्नेटिक

(c) फेरोमॅग्नेटिक

(d) वरीलपैकी काहीही नाही

6. लोखंडी किंवा पोलाद मार्गाच्या तुलनेत हवेतील अंतरामध्ये ________ इलुक्टन्स आहे

(a) थोडे

(b) कमी

(c) जास्त

(d) शून्य

7. बलाच्या चुंबकीय रेषांची दिशा आहे

(a) दक्षिण ध्रुवापासून उत्तर ध्रुवापर्यंत

(b) उत्तरध्रुवापासूनदक्षिणध्रुवापर्यंत

(c) चुंबकाच्या एका टोकापासून दुसऱ्या टोकापर्यंत

(d) वरीलपैकी काहीही नाही

8. खालीलपैकी कोणते सदिश प्रमाण आहे?

(a) सापेक्ष पारगम्यता

(b) चुंबकीयक्षेत्राचीतीव्रता

(c) फ्लक्स घनता

(d) चुंबकीय क्षमता

9. ट्रान्समिशन लाईनचे दोन कंडक्टर समान विद्युत प्रवाह I विरुद्ध वाहतात दिशानिर्देश प्रत्येक कंडक्टरवर बल आहे

(a) 7 च्या प्रमाणात

(b) X च्याप्रमाणात

(c) कंडक्टरमधील अंतराच्या प्रमाणात

(d) I च्या व्यस्त प्रमाणात

10. चुंबकीय क्षेत्राने किंचित मागे टाकलेली सामग्री म्हणून ओळखले जाते

(a) फेरोमॅग्नेटिक सामग्री

(b) डायमॅग्नेटिकसामग्री

(c) पॅरामॅग्नेटिक सामग्री

(d) संचालन साहित्य

11. जेव्हा चुंबकीय क्षेत्रात लोखंडाचा तुकडा ठेवला जातो

(a) शक्तीच्या चुंबकीय रेषा त्यांच्या नेहमीच्या मार्गापासून दूर वाकल्या जातील तुकड्यापासून दूर

(b) शक्तीच्याचुंबकीयरेषात्यांच्यानेहमीच्यामार्गापासूनदूरवाकतील तुकड्यातूनजा

(c) चुंबकीय क्षेत्र प्रभावित होणार नाही

(d) लोखंडाचा तुकडा तुटतो

12. फ्लेमिंगचा डाव्या हाताचा नियम शोधण्यासाठी वापरला जातो

(a) विद्युत प्रवाह वाहून नेणाऱ्या कंडक्टरमुळे चुंबकीय क्षेत्राची दिशा

(b) सोलनॉइडमधील प्रवाहाची दिशा

(c) चुंबकीयक्षेत्रामध्येविद्युतप्रवाहवाहूननेणाऱ्याकंडक्टरवरीलबलाचीदिशा

(d) चुंबकीय ध्रुवाची ध्रुवता

13. चुंबकीकरणाच्या तीव्रतेचे चुंबकीकरण बलाचे गुणोत्तर म्हणून ओळखले जाते

(a) प्रवाह घनता

(b) संवेदनशीलता

(c) सापेक्ष पारगम्यता

(d) वरीलपैकी काहीही नाही

14. स्टीलचे चुंबकीकरण करणे सामान्य कठीण आहे कारण

(a) ते सहजपणे खराब होते

(6) त्यात उच्च पारगम्यता आहे

(c) त्यात उच्च विशिष्ट गुरुत्व आहे

(d) त्याचीकमीपारगम्यताआहे

15. डाव्या हाताचा नियम सहसंबंधित आहे

(a) प्रवाह, प्रेरित emf आणि कंडक्टरवरील बलाची दिशा
(b) चुंबकीय क्षेत्र, विद्‌युत क्षेत्र आणि कंडक्टरवरील बलाची दिशा
(c) सेल्फ इंडक्शन, म्युच्युअल इंडक्शन आणि कंडक्टरवरील बलाची दिशा
(d) प्रवाह, चुंबकीयक्षेत्रआणिकंडक्टरवरीलबलाचीदिशा
16. सापेक्ष पारगम्यतेचे एकक आहे
(a) हेन्री/मीटर
(b) हेन्री
(c) हेन्री/चौ. मी
(d) तेआकारहीनआहे
17. L लांबीच्या कंडक्टरमध्ये I विद्‌युतप्रवाह असतो, जेव्हा तो ठेवला जातो चुंबकीय क्षेत्राला समांतर. कंडक्टरने अनुभवलेले बल असेल
(a) शून्य
(b) BLI
(c) B2LI
(d) BLI2
18. दोन लांब समांतर कंडक्टरमधील बल त्याच्या व्यस्त प्रमाणात आहे
(a) कंडक्टरची त्रिज्या
(b) एका कंडक्टरमध्ये विद्‌युत प्रवाह
(c) दोन कंडक्टरमधील विद्‌युत् प्रवाहाचे उत्पादन
(d) कंडक्टरमधीलअंतर
19. चुंबकत्वाच्या जलद उलथापालथीच्या अधीन असलेली सामग्री असावी
(a) मोठे क्षेत्र oiB-H लूप
(b) उच्चपारगम्यताआणिकमीहिस्टेरेसिसनुकसान
(c) उच्च सह-कार्यक्षमता आणि उच्च धारणा
(d) उच्च सहकारीता आणि कमी घनता
20. खालीलपैकी कोणती सामग्री चुंबकत्व टिकवून ठेवत नाही ते दर्शवा कायमस्वरूपी
(a) मऊलोह
(b) स्टेनलेस स्टील
(e) कडक पोलाद
(d) वरीलपैकी काहीही नाही
21. परमॅलॉयचा मुख्य घटक आहे
(a) कोबाल्ट
(b) क्रोमियम
(c) निकेल

(d) टंगस्टन

22. कायम चुंबकाचा वापर आहे. मध्ये केले नाही

(a) चुंबक

(6) ऊर्जा मीटर

(c) ट्रान्सफॉर्मर

(d) लाऊड-स्पीकर

23. पॅरामॅग्नेटिक सामग्रीमध्ये सापेक्ष पारगम्यता असते

(a) एकतेपेक्षा किंचित कमी

(b) एकतेच्या समान

(c) ऐक्यापेक्षाकिंचितजास्त

(d) त्या फेरोमॅग्नेटिक मेट रियाल्सच्या बरोबरीचे

25. ज्या पदार्थांची पारगम्यता मोकळ्या जागेच्या पारगम्यतेपेक्षा कमी असते म्हणून ओळखले जातात

(a) फेरोमॅग्नेटिक

(b) पॅरामॅग्नेटिक

(c) डायमॅग्नेटिक

(d) द्विधुवीय

27. डाव्या हाताच्या नियमात, तर्जनी नेहमी दर्शवते

(a) व्होल्टेज

(b) वर्तमान

(c) चुंबकीयक्षेत्र

(d) कंडक्टरवरील बलाची दिशा

28. खालीलपैकी कोणते लोहचुंबकीय पदार्थ आहे?

(a) टंगस्टन

(b) अॅल्युमिनियम

(c) तांबे

(d) निकेल

29. फेराइट्स चे उप-समूह आहेत

(a) चुंबकीय नसलेली सामग्री

(6) फेरो-चुंबकीय पदार्थ

(c) पॅरामॅग्नेटिक साहित्य

(d) फेरी-चुंबकीयसाहित्य

30. गिल्बर्ट चे एकक आहे

(a) इलेक्ट्रोमोटिव्ह फोर्स

(b) चुंबकीयशक्ती
(c) आचरण
(d) परवानगी
51. विजेच्या प्रमाणाचे एकक आहे
(a) अँपिअर-तास
(b) वॅट
(c) जूल
(d) कूलंब
52. Biot-savart च्या नियमात एक सामान्य बदल आहे
(a) Kirchhoffs कायदा
(b) लेन्झचा कायदा
(c) अँपिअरचाकायदा
(d) फॅराडेचे कायदे
53. मऊ लोहापासून चुंबक बनवण्याचा सर्वात प्रभावी आणि जलद मे आहे
(a) विद्युतप्रवाहवाहूननेणाऱ्याकॉइलच्याआतठेवणे
(b) प्रेरण
(c) कायम चुंबकाचा वापर
(d) दुसऱ्या चुंबकाने घासणे
54. शील्डिंग किंवा स्क्रीनिंग चुंबकत्वासाठी सामान्यतः वापरली जाणारी सामग्री आहे
(a) तांबे
(b) अॅल्युमिनियम
(c) मऊलोह
(d) पितळ
55. जर तांब्याची चकती मुक्तपणे निलंबित चुंबकीय सुईच्या खाली वेगाने फिरवली तर,
चुंबकीय सुई वेगाने फिरू लागते
(a) चकतीपेक्षा कमी परंतु विरुद्ध दिशेने
(b) डिस्कच्या समान आणि त्याच दिशेने
(c) डिस्कच्या समान आणि विरुद्ध दिशेने
(d) डिस्कपेक्षाकमीआणित्याचदिशेने
56. कायम चुंबक
(a) काहीपदार्थांनाआकर्षितकरतेआणिइतरांनादूरकरते
(b) सर्व पॅरामॅग्नेटिक पदार्थांना आकर्षित करते आणि इतरांना दूर करते
(c) फक्त फेरोमॅग्नेटिक पदार्थांना आकर्षित करते

(d) फेरोमॅग्नेटिक पदार्थांना आकर्षित करते आणि इतर सर्व पदार्थांना दूर करते

57. सामग्रीची धारणक्षमता (एक मालमत्ता) बांधकामासाठी उपयुक्त आहे

(a) कायमचुंबक

(b) ट्रान्सफॉर्मर

(c) चुंबकीय नसलेले पदार्थ

(d) इलेक्ट्रोमॅग्नेट्स

58. सामग्रीची सापेक्ष पारगम्यता स्थिर नसते.

(a) डायमॅग्नेटिक

(b) पॅरामॅग्नेटिक

(c) फेरोमॅग्नेटिक

(d) इन्सुलेट

59. पदार्थ हवेपेक्षा चुंबकीय प्रवाहाचे थोडे निकृष्ट वाहक आहेत.

(a) फेरोमॅग्नेटिक

(b) पॅरामॅग्नेटिक

(c) डायमॅग्नेटिक

(d) डायलेक्ट्रिक

60. चुंबकीयदृष्ट्या कठीण सामग्रीच्या बाबतीत हिस्टेरेसिस लूप अधिक आकारात असतो

चुंबकीय मऊ सामग्रीच्या तुलनेत.

(a) परिपत्रक

(b) त्रिकोणी

(c) आयताकृती

(d) वरीलपैकी काहीही नाही

61. चुंबकीय क्षण M चा आयताकृती चुंबक त्याच दोन तुकड्यांमध्ये कापला जातो

लांबी, प्रत्येक तुकड्याचा चुंबकीय क्षण असेल

(आहे

(b) M/2

(c) 2 M

(d) M/4

62. एक कीपर वापरले जाते

(a) चुंबकीय रेषांची दिशा बदला

(b) प्रवाह वाढवणे

(c) गमावलेला प्रवाह पुनर्संचयित करा

(d) प्रवाहासाठीबंदमार्गप्रदानकरा

63. चुंबकीय क्षण म्हणजे a

(a) खांबाची ताकद
(6) वैश्विक स्थिरांक
(c) स्केलर प्रमाण
(d) सदिशप्रमाण

64. चुंबकीय क्षेत्रामध्ये कंडक्टरच्या क्रॉस-सेक्शनल क्षेत्राच्या बदलावर परिणाम होईल
(a) कंडक्टरची अनिच्छा
(b) कंडक्टरचा प्रतिकार
(c) (a) आणि (b) दोन्हीएकाचप्रकारे
(d) वरीलपैकी काहीही नाही

65. एकसमान चुंबकीय क्षेत्र आहे
(a) समांतर कंडक्टरच्या संचाचे क्षेत्र
(b) एकाच कंडक्टरचे क्षेत्र
(c) क्षेत्रज्यामध्येचुंबकीयप्रवाहाच्यासर्वरेषासमांतरआणिसमानअंतरावरअसतात
(d) वरीलपैकी काहीही नाही

66. मॅग्नेटो-मोटिव्ह फोर्स आहे
(a) रोमांचक कॉइलच्या दोन टोकांवरील व्होल्टेज
(b) विद्युत प्रवाहाचा प्रवाह
(c) चुंबकीयक्षेत्राच्याएकाओळीनेस्वीकारलेल्यासर्वप्रवाहांचीबेरीज
(d) एका रोमांचक कॉइलमधून चुंबकीय क्षेत्राचा रस्ता

91. खालीलपैकी कोणत्या सामग्रीसाठी संपृक्तता मूल्य सर्वात जास्त आहे?
(a) फेरोमॅग्नेटिक साहित्य
(6) पॅरामॅग्नेटिक साहित्य
(c) डायमॅग्नेटिक साहित्य
(d) फेराइट्स

92. चुंबकीय पदार्थांमुळे चुंबकीकरणाचा गुणधर्म प्रदर्शित होतो
(a) इलेक्ट्रॉनची कक्षीय गती
(b) इलेक्ट्रॉनची फिरकी
(c) न्यूक्लियसचीफिरकी
(d) यापैकी एक

93. खालीलपैकी कोणत्या पदार्थासाठी निव्वळ चुंबकीय क्षण शून्य असावा?
(a) डायमॅग्नेटिक साहित्य
(b) फेरीमॅग्नेटिक साहित्य
(c) अँटीफेरोमॅग्नेटिकसाहित्य
(d) अँटीफेरिमॅग्नेटिक साहित्य

94. जर विद्युत चुंबकाची आकर्षण क्षमता वाढेल
(a) कोर लांबी वाढते i
(b) कोर क्षेत्र वाढते
(c) प्रवाहाची घनता कमी होते
(d) प्रवाहाचीघनतावाढते
95. खालीलपैकी कोणते विधान बरोबर आहे?
(a) फेराइट्सचीचालकताफेरोमॅग्नेटिकपदार्थांपेक्षाचांगलीअसते
(b) फेरोमॅग्नेटिक पदार्थांची चालकता फेराइट्सपेक्षा चांगली असते
(c) फेराइट्सची चालकता खूप जास्त असते
(d) फेराइट्सची चालकता फेरोमॅग्नेटिक पदार्थांसारखीच असते
96. मध्ये तात्पुरते चुंबक वापरले जातात
(a) लाऊड स्पीकर
(b) जनरेटर
(c) मोटर्स
(d) वरीलसर्व
97. गोंगाटयुक्त सोलनॉइडची मुख्य कारणे आहेत
(a) प्रतिकर्षणामुळे शेवटी लॅमिनेशनमधून पंखा बाहेर पडण्याची प्रबळ प्रवृत्ती शक्तीच्या चुंबकीय रेषांमध्ये
(b) असमान बेअरिंग पृष्ठभाग, घाण किंवा हलवण्याच्या दरम्यान असमान पोशाख झाल्याने
स्थिर भाग
(c) वरीलदोन्ही
(d) वरीलपैकी काहीही नाही
99. इलेक्ट्रोमॅग्नेटचा कोर असावा
(a) कमी जबरदस्ती
(6) उच्च संवेदनशीलता
(c) वरीलदोन्ही
(d) वरीलपैकी काहीही नाही
100. चुंबकाचे चुंबकत्व द्वारे नष्ट केले जाऊ शकते
(a) गरम करणे
(b) हातोडा मारणे
(c) दुसऱ्या चुंबकाच्या प्रेरक क्रियेद्वारे
(d) वरीलसर्वपद्धतींनी

1. कॉइलचा गुणधर्म ज्याद्वारे विद्युत प्रवाह चालू असताना काउंटर ईएमएफ त्यात प्रेरित होतो

गुंडाळीच्या माध्यमातून बदल म्हणून ओळखले जाते

(a) स्व-प्रेरण

(b) म्युच्युअल इंडक्टन्स

(c) इंडक्टन्सला मदत करणारी मालिका

(d) क्षमता

2. इलेक्ट्रोमॅग्नेटिक इंडक्शनच्या फॅराडेच्या नियमांनुसार, एक emf मध्ये प्रेरित होतो कंडक्टर जेव्हाही ते

(a) चुंबकीय प्रवाहाला लंब आहे

(b) चुंबकीय क्षेत्रात स्थित आहे

(c) चुंबकीयप्रवाहकमीकरते

(d) चुंबकीय क्षेत्राच्या दिशेला समांतर हलते

3. खालीलपैकी कोणता सर्किट घटक इलेक्ट्रोमॅग्नेटिकमध्ये ऊर्जा साठवतो

फील्ड?

(a) अधिष्ठाता

(b) कंडेनसर

(c) व्हेरिएबल रेझिस्टर

(d) प्रतिकार

4. कॉइलचा इंडक्टन्स पुढील सर्व परिस्थितींशिवाय वाढेल

(a) जेव्हासमानसंख्येच्यावळणांसाठीअधिकलांबीप्रदानकेलीजाते

(6) जेव्हा कॉइलच्या वळणांची संख्या वाढते

(c) जेव्हा प्रत्येक वळणासाठी अधिक क्षेत्र प्रदान केले जाते

(d) जेव्हा कोरची पारगम्यता वाढते

5. कॉइलचे स्व-प्रेरण जास्त,

(a) त्याचे वेबर-वळण कमी

(b) प्रेरित emf कमी करा

(c) त्यातून निर्माण होणारा प्रवाह जास्त

(d) त्याद्वारेस्थिरविद्युतप्रवाहस्थापितकरण्यातअधिकविलंब

6. लोखंडी कॉइलमध्ये लोखंडी कोर काढून टाकला जातो ज्यामुळे कॉइल एअर कॉर्ड कॉइल बनते. गुंडाळी च्या inductance होईल

(a) वाढ

(b) कमी

(c) तसेच राहतील

(d) सुरुवातीला वाढ आणि नंतर कमी

7. एक ओपन कॉइल आहे

(a) शून्य प्रतिकार आणि प्रेरण

(b) अनंतप्रतिकारआणिशून्यप्रेरकता

(c) अमर्याद प्रतिकार आणि सामान्य प्रेरण

(d) शून्य प्रतिकार आणि उच्च इंडक्टन्स

8. वळणांची संख्या आणि प्रेरक कॉइलची कोर लांबी या दोन्ही दुप्पट आहेत. त्याचे स्व-प्रेरण असेल

(a) अप्रभावित

(b) दुप्पट

(c) अर्धवट

(d) चौपट

9. जर कंडक्टरमध्ये विद्युत प्रवाह वाढला तर लेन्झच्या नियमानुसार स्वयं-प्रेरित व्होल्टेज होईल

(a) वाढत्या विद्युत् प्रवाहास मदत करते

(b) चालू-भाड्याची रक्कम कमी करण्याकडे कल

(c) वाढत्याप्रवाहाच्याविरुद्धविद्युतप्रवाहनिर्माणकरा

(d) लागू व्होल्टेजला मदत करा

10. प्रेरित emf ची दिशा द्वारे शोधता येते

(a) लाप्लेसचा कायदा

(b) लेन्झचाकायदा

(c) फ्लेमिंगचा उजव्या हाताचा नियम

(d) किर्चहॉफचा व्होल्टेज कायदा

11. एअर-कोर कॉइल व्यावहारिकरित्या मुक्त आहेत

(a) हिस्टेरेसिसचे नुकसान

(b) एडी वर्तमान नुकसान

(c) दोन्ही (a) आणि (b)

(d) वरीलपैकी काहीही नाही

12. कंडक्टरमधील प्रेरित ईएमएफचे परिमाण यावर अवलंबून असते

(a) चुंबकीय क्षेत्राची प्रवाह घनता

(b) फ्लक्स कटचे प्रमाण

(c) फ्लक्स लिंकेजचे प्रमाण

(d) फ्लक्स-लिंकेजच्याबदलाचादर

13. दोन चुंबकीय जोडलेल्या कॉइलमधील परस्पर इंडक्टन्स यावर अवलंबून असते

(a) कोरची पारगम्यता
(b) त्यांच्या वळणांची संख्या
(c) त्यांच्या सामान्य गाभ्याचे क्रॉस-सेक्शनल क्षेत्र
(d) वरीलसर्व

14. लॅमिनेटेड लोह कोरमुळे एडी-करंट नुकसान कमी झाले आहे कारण
(a) कॉइलमध्ये कमी डीसी रेझिस्टन्ससह जास्त वायर वापरता येतात
(b) लॅमिनेशनएकमेकांपासूनइन्सुलेटेडआहेत
(c) चुंबकीय प्रवाह कोरच्या हवेच्या अंतरामध्ये केंद्रित आहे
(d) लॅमिनेशन लंबवत स्टॅक केलेले आहेत

15. प्रेरित emf आणि करंट नेहमी कारणाला विरोध करतात असा कायदा त्यांच्या उत्पादनामुळे आहे
(a) फॅराडे
(b) लेन्झ
(c) न्यूटन

16. खालीलपैकी कोणते इंडक्टन्सचे एकक नाही?
(a) हेन्री
(b) कुलॉम्ब/व्होल्टअँपिअर
(c) व्होल्ट सेकंद प्रति अँपिअर
(d) वरील सर्व

17. इंडक्टन्सच्या बाबतीत, करंट त्याच्या प्रमाणात आहे
(a) इंडक्टन्स ओलांडून व्होल्टेज
(b) चुंबकीयक्षेत्र
(c) दोन्ही (a) आणि (b)
(d) ना (a) किंवा (b)

18. खालीलपैकी कोणते सर्किट घटक सर्किटमधील बदलास विरोध करतील वर्तमान
(a) क्षमता
(b) इंडक्टन्स
(c) प्रतिकार
(d) वरील सर्व

19. पूर्णपणे प्रेरक सर्किटसाठी खालीलपैकी कोणते सत्य आहे?
(a) उघड शक्ती शून्य आहे
(b) सापेक्ष शक्ती शून्य आहे
(c) सर्किटचीवास्तविकशक्तीशून्यआहे

(d) सर्किटमध्ये असले तरीही कोणतीही कॅपेसिटन्स चार्ज होणार नाही

20. खालीलपैकी कोणते इंडक्टन्सचे एकक आहे?

(a) ओम

(b) <u>हेन्री</u>

(c) अँपिअर वळणे

(d) वेबर्स/मीटर

21. इंडक्टन्स 4H च्या कॉइलमध्ये 16 व्होल्टचा ईएमएफ प्रेरित केला जातो. बदलाचा दर

च्या वर्तमान असणे आवश्यक आहे

(a) 64 A/s

(b) 32 A/s

(c) 16 A/s

(d) <u>4 A/s</u>

22. कॉइलच्या कोरची लांबी 200 मिमी असते. कॉइलची इंडक्टन्स 6 mH आहे. तर कोर लांबी दुप्पट आहे, इतर सर्व प्रमाण, समान राहिले आहे, अ

inductance असेल

(a) <u>3 mH</u>

(b) 12 mH

(c) 24mH

(d) 48mH

23. दोन कॉइलचे सेल्फ इंडक्टन्स 8 mH आणि 18 mH आहेत. च्या सह-कार्यक्षमता असल्यास

कपलिंग 0.5 आहे, कॉइलचे म्युच्युअल इंडक्टन्स आहे

(a) 4 mH

(b) 5 mH

(c) <u>6 mH</u>

(d) 12 mH

24. दोन कॉइलमध्ये 8 mH आणि 18 mH च्या इंडक्टन्स आहेत आणि कपलिंगचे सह-कार्यक्षमता आहे

0.5 चा. जर दोन कॉइल्स सीरीझ एडिंगमध्ये जोडलेले असतील तर एकूण इंडक्टन्स असेल

(a) 32 mH

(b) <u>38 mH</u>

(c) 40 mH

(d) 48 mH

25. 200 टर्न कॉइलमध्ये 12 mH ची इंडक्टन्स असते. वळणांची संख्या असल्यास

400 वळणांपर्यंत वाढले, इतर सर्व प्रमाण (क्षेत्र, लांबी इ.) समान राहिले,
इंडक्टन्स असेल

(a) 6 mH

(b) 14 mH

(c) 24 mH

(d) 48 mH

26. दोन कॉइलमध्ये 10 H आणि 2 H चे स्व-प्रेरण असते, म्युच्युअल इंडक्टन्स शून्य दोन कॉइल्स मालिकेत जोडलेले असल्यास, एकूण इंडक्टन्स असेल

(a) 6 एच

(b) 8 एच

(c) १२एच

(d) २४ एच

27. कॉइल 1 मधील विद्युत प्रवाहातील सर्व प्रवाह कॉइल 2 शी जोडल्यास, सह-कार्यक्षम
च्या कपलिंग असेल

(a) 2.0

(b) 1.0

(c) ०.५

(d) शून्य

28. नगण्य प्रतिकार असलेल्या कॉइलमध्ये 10 एमए सह 50V आहे. आगमनात्मक प्रतिक्रिया आहे

(a) 50 ohms

(b) 500 ohms

(c) 1000 ohms

(d) 5000 ohms

29. 2 मीटर लांबीचा कंडक्टर काटकोनात प्रवाहाच्या चुंबकीय क्षेत्राकडे जातो घनता 1 टेस्ला 12.5 m/s च्या वेगासह. कंडक्टरमध्ये प्रेरित emf असेल
असणे

(a) 10 V

(6) 15 व्ही

(c) 25V

(d) 50V

30. लेन्झचा कायदा हा संवर्धनाच्या कायद्याचा परिणाम आहे

(a) प्रेरित विद्युत् प्रवाह

(b) शुल्क

(c) <u>ऊर्जा</u>

(d) प्रेरित emf

31. कंडक्टर 1.1 च्या चुंबकीय क्षेत्रामध्ये 60° च्या खाली 125 अँपिअर प्रवाह वाहून नेतो.

टेस्ला कंडक्टरवर बल असेल

जवळजवळ

(अ) ५० एन

(b) <u>120 N</u>

(c) 240 N

(d) ४८० एन

32. 50 अँपिअरचा विद्युतप्रवाह वाहून नेणाऱ्या 3m लांबीच्या कंडक्टरवर काम करणारे बल शोधा

0.67 टेस्ला फ्लक्स घनता असलेल्या चुंबकीय क्षेत्राकडे काटकोनात.

(a) <u>100 N</u>

(b) 400 N

(c) ६०० एन

(d) 1000 N

33. दोन एअर कोर कॉइलमधील कपलिंगचे सह-कार्यक्षमतेवर अवलंबून असते

(a) फक्त दोन कॉइलचे स्व-प्रेरण

(b) केवळ दोन कॉइलमधील परस्पर प्रेरण

(c) <u>म्युच्युअलइंडक्टन्सआणिदोनकॉइलचेसेल्फइंडक्टन्स</u>

(d) वरीलपैकी काहीही नाही

34. सरासरी 10 V चा व्होल्टेज 250 टर्न सोलेनॉइड मध्ये प्रेरित होतो

फ्लक्समध्ये बदल जो 0.5 सेकंदात होतो. एकूण प्रवाह बदल आहे

(a) 20 Wb

(b) 2 Wb

(c) 0.2 Wb

(d) <u>0.02 Wb</u>

35. 500 टर्न सोलेनॉइड 60 V चा सरासरी प्रेरित व्होल्टेज विकसित करतो.

असा व्होल्टेज निर्माण करण्यासाठी वेळेच्या अंतरामध्ये 0.06 Wb चा प्रवाह बदल होणे आवश्यक आहे?

(a) ०.०१ से

(b) ०.१ से

(c) <u>०.५से</u>

(d) 5 से

36. कोणत्या fpllowing inductor मध्ये सर्वात कमी एडी करंट तोटा असेल?

(a) <u>एअरकोर</u>

(b) लॅमिनेटेड लोह कोर

(c) लोह कोर

(d) चूर्ण केलेले लोह कोर

37. एक कॉइल 350 mV प्रेरित करते जेव्हा वर्तमान 1 A/s दराने बदलते. द इंडक्टन्सचे मूल्य आहे

(a) 3500 mH

(b) <u>350 mH</u>

(c) 250 mH

(d) 150 mH

38. म्युच्युअल कपलिंगशिवाय मालिकेतील दोन 300 uH कॉइलमध्ये एकूण इंडक्टन्स आहे

(a) 300 uH

(b) <u>600 uH</u>

(c) 150 uH

(d) 75 uH

39. एका सेकंदात 8 A वरून 12 A मध्ये बदलणारा विद्युत् प्रवाह कॉइलमध्ये 20 व्होल्ट प्रेरित करतो.

इंडक्टन्सचे मूल्य आहे

(a) 5 mH

(b) 10 mH

(c) <u>5 एच</u>

(d) 10 एच

40. कोणते सर्किट घटक(ले) सर्किट करंटमधील बदलाला विरोध करतील?

(a) फक्त प्रतिकार

(b) <u>केवळप्रेरण</u>

(c) फक्त क्षमता

(d) इंडक्टन्स आणि कॅपेसिटन्स

41. इंडक्टरच्या चुंबकीय मार्गामध्ये क्रॅक निर्माण होईल

(a) अपरिवर्तित अधिष्ठाता

(b) वाढलेली अधिष्ठाता

(c) शून्य अधिष्ठाता

(d) <u>कमीअधिष्ठाता</u>

42. एक कॉइल लोखंडी कोरवर जखमेच्या आहे ज्यामध्ये विद्युत प्रवाह I. स्वयं-प्रेरित व्होल्टेज

कॉइल मध्ये प्रभावित होत नाही

(a) कॉइल करंटमधील फरक

(b) कॉइलमधीलव्होल्टेजमधीलफरक

(c) कॉइलच्या वळणांच्या संख्येत बदल

(d) चुंबकीय मार्गाचा प्रतिकार

1. कोरचे लॅमिनेशन सामान्यतः बनलेले असतात

(a) केस लोह

(b) कार्बन

(c) सिलिकॉनस्टील

(d) स्टेनलेस स्टील

2. खालीलपैकी कोणता लॅमिना असू शकतो-डीसी मशीनच्या लॅमिनेशनची जाडी जवळपास?

(a) 0.005 मिमी

(b) 0.05 मिमी

(c) ०.५मी

(d) 5 मी

3. डीसी जनरेटरचे आर्मेचर लॅमिनेटेड आहे

(a) मोठ्या प्रमाणात कमी करा

(b) मोठ्या प्रमाणात प्रदान करा

(c) कोर इन्सुलेट करा

(d) एडीवर्तमाननुकसानकमीकरा

4. आर्मेचर विंडिंगचा प्रतिकार अवलंबून असतो

(a) कंडक्टरची लांबी

(b) कंडक्टरचे क्रॉस-सेक्शनल क्षेत्र

(c) कंडक्टरची संख्या

(d) वरीलसर्व

5. डीसी जनरेटरचे फील्ड कॉइल सामान्यतः बनलेले असतात

(a) अभ्रक

(b) तांबे

(c) कास्ट लोह

(d) कार्बन

6. कम्युटेटर सेगमेंट आर्मेचर कंडक्टरशी जोडलेले आहेत

(a) <u>तांब्याचेलग</u>

(b) प्रतिरोधक तारा

(c) इन्सुलेशन पॅड

(d) ब्रेझिंग

7. कम्युटेटरमध्ये

(a) तांबे अभ्रकापेक्षा कठीण आहे

(b) अभ्रक आणि तांबे हे तितकेच कठीण असतात

(c) <u>अभ्रकतांब्यापेक्षाकठीणआहे</u>

(d) वरीलपैकी काहीही नाही

8. DC जनरेटरमध्ये पोल शूज पोल कोअरला जोडले जातात

(a) rivets

(b) <u>काउंटरबुडलेलेस्क्रू</u>

(c) ब्रेझिंग

(d) वेल्डिंग

9. प्रेरित ईएमएफची दिशा शोधण्यासाठी फ्लेमिंगच्या उजव्या हाताच्या नियमानुसार, जेव्हा मधले बोट प्रेरित ईएमएफच्या दिशेने निर्देशित करते, तेव्हा तर्जनी त्याच्या दिशेने निर्देशित करेल

(a) कंडक्टरची हालचाल

(b) <u>शक्तीच्यारेषा</u>

(c) वरीलपैकी एक

(d) वरीलपैकी काहीही नाही

10. प्रेरित ईएमएफच्या दिशेबाबत फ्लेमिंगचा उजव्या हाताचा नियम, परस्परसंबंधित आहे

(a) चुंबकीय प्रवाह, विद्युत प्रवाहाची दिशा आणि परिणामी बल

(b) <u>चुंबकीयप्रवाह, गतीचीदिशाआणिप्रेरित emf चीदिशा</u>

(c) चुंबकीय क्षेत्र शक्ती, प्रेरित व्होल्टेज आणि विद्युत प्रवाह

(d) चुंबकीय प्रवाह, बलाची दिशा आणि कंडक्टरच्या गतीची दिशा

11. फ्लेमिंगचा उजव्या हाताचा नियम आणि प्रेरित ईएमएफच्या दिशेला लागू करताना, अंगठा त्या दिशेने निर्देशित करतो

(a) प्रेरित emf ची दिशा

(b) प्रवाहाची दिशा

(c) तर्जनी व्युत्पन्न ईएमएफच्या दिशेने निर्देश करत असल्यास कंडक्टरच्या हालचालीची दिशा

(d) <u>कंडक्टरच्याहालचालीचीदिशा, जरतर्जनीफ्लक्सच्यारेषांवरबिंदूकरते</u>

12. रोटर शाफ्टला आधार देण्यासाठी वापरल्या जाणाऱ्या बियरिंग्ज सामान्यतः असतात

(a) बॉलबेअरिंग

(b) बुश बेअरिंग्ज

(c) चुंबकीय किरण

(d) सुई बेअरिंग्ज

13. डीसी जनरेटरमध्ये, ब्रशच्या वेगवान पोशाखांचे कारण असू शकते

(a) तीव्र स्पार्किंग

(b) उग्र कम्युटेटर पृष्ठभाग

(c) अपूर्ण संपर्क

(d) वरीलपैकीकोणतेही

14. लॅप वाइंडिंगमध्ये, ब्रशेसची संख्या नेहमीच असते

(a) ध्रुवांची संख्या दुप्पट

(b) ध्रुवांच्यासंख्येइतकेच

(c) ध्रुवांची निम्मी संख्या

(d) दोन

15. DC जनरेटरसाठी जेव्हा खांबांची संख्या आणि आर्मेचर कंडक्टरची संख्या निश्चित केली जाते, तेव्हा कोणते वाइंडिंग जास्त emf देईल?

(a) लॅप वाइंडिंग

(b) लहरीवळण

(c) वरील (a) आणि (b) पैकी एक

(d) डिझाइनच्या इतर वैशिष्ट्यांवर अवलंबून असते

16. चार-ध्रुव डीसी मशीनमध्ये

(a) चारही ध्रुव हे उत्तर ध्रुव आहेत

(b) पर्यायीध्रुवउत्तरआणिदक्षिणआहेत

(c) चारही ध्रुव दक्षिण ध्रुव आहेत

(d) दोन उत्तर ध्रुव दोन दक्षिण ध्रुवांमागे

17. डीसी मशीनमधील कॉपर ब्रशेस वापरतात

(a) जेथेकमीव्होल्टेजआणिउच्चप्रवाहगुंतलेलेआहेत

(b) जेथे उच्च व्होल्टेज आणि लहान करंट-भाडे समाविष्ट आहेत

(c) वरील दोन्ही प्रकरणांमध्ये

(d) वरीलपैकी कोणत्याही बाबतीत नाही

18. स्व-उत्साहित जनरेटरच्या तुलनेत स्वतंत्रपणे उत्तेजित जनरेटर

(a) चांगल्या व्होल्टेज नियंत्रणासाठी सक्षम आहे

(b) अधिक स्थिर आहे

(c) भार प्रवाहापेक्षा स्वतंत्र रोमांचक प्रवाह आहे

(d) <u>मध्येवरीलसर्ववैशिष्ट्येआहेत</u>

19. डीसी मशीनच्या बाबतीत, यांत्रिक नुकसान हे प्राथमिक कार्य आहे

(a) वर्तमान

(b) व्होल्टेज

(c) <u>वेग</u>

(d) वरीलपैकी काहीही नाही

20. डीसी मशिनमधील लोखंडाचे नुकसान यातील फरकांपासून स्वतंत्र असते

(a) वेग

(b) <u>भार</u>

(c) व्होल्टेज

(d) गती आणि व्होल्टेज

21. डीसी जनरेटरमध्ये, आर्मेचरमधून बाह्य सर्किटला विद्युत प्रवाह दिला जातो

(a) <u>कम्युटेटर</u>

(b) ठोस कनेक्शन

(c) स्लिप रिंग

(d) वरीलपैकी काहीही नाही

23. डीसी मशीनचे ब्रश बनलेले असतात

(a) <u>कार्बन</u>

(b) मऊ तांबे

(c) कडक तांबे

(d) वरील सर्व

24. जर B ही फ्लक्स घनता असेल तर I कंडक्टरची लांबी आणि v चा वेग कंडक्टर, नंतर प्रेरित emf द्वारे दिले जाते

(a) <u>Blv</u>

(b)Blv2

(c)Bl2v

(d)Bl2v2

25. सोळा कॉइलसह दोन लेयर लॅप वाइंडिंगसह 4-पोल डीसी जनरेटरच्या बाबतीत, पोल पिच असेल

(a) ४

(b) <u>८</u>

(c) १६

(d) ३२

26. कम्युटेटर ब्रशेसची सामग्री साधारणपणे असते
(a) अभ्रक
(b) तांबे
(c) कास्ट लोह
(d) कार्बन
27. कम्युटेटर सेगमेंट्समध्ये वापरलेली इन्सुलेटिंग सामग्री साधारणपणे असते
(a) ग्रेफाइट
(b) कागद
(c) अभ्रक
(d) इन्सुलेट वार्निश
28. डीसी जनरेटरमध्ये, कम्युटेटरवरील ब्रश कंडक्टरच्या संपर्कात राहतात जे
(a) दक्षिण ध्रुवाखाली झोपा
(b) उत्तर ध्रुवाखाली झोपा
(c) आंतरध्रुवीयप्रदेशाखालीआहे
(d) ध्रुवांपासून सर्वात लांब आहेत
29. हे ब्रश आत आणण्यासाठी डीसी जनरेटरचे ब्रश हलवले असल्यास
चुंबकीय तटस्थ अक्ष, तेथे असेल
(अ) केवळ विचुंबकीकरण
(b) क्रॉस चुंबकीकरण तसेच चुंबकीकरण
(c) क्रॉसमॅग्नेटायझेशनतसेचडिमॅग्नेटाइजिंग
(d) केवळ क्रॉस चुंबकीकरण
30. असंतृप्त डीसी मशीनची आर्मेचर प्रतिक्रिया आहे
(a) क्रॉसमॅग्नेटायझिंग
(b) चुंबकीयकरण
(c) चुंबकीकरण
(d) वरीलपैकी काहीही नाही
31. डीसी जनरेटर बसबारशी जोडलेले असतात किंवा फक्त फ्लोटिंग स्थितीत त्यांच्यापासून डिस्कनेक्ट केलेले असतात
(a) प्राइममूव्हरचे अचानक लोडिंग टाळण्यासाठी
(b) शाफ्टला यांत्रिक धक्का टाळण्यासाठी
(c) स्विच संपर्क बर्न टाळण्यासाठी
(d) वरीलसर्व
32. डीसी मशीनच्या पोल शूजमध्ये एडी करंट्स मुळे प्रेरित होतात
(a) दोलन चुंबकीय क्षेत्र

(b) स्पंदन करणारा चुंबकीय प्रवाह

(c) फील्डआणिआर्मेचरदरम्यानसापेक्षरोटेशन

(d) वरील सर्व

34. आर्मेचर असल्यास इक्विलायझर रिंग्ज आवश्यक आहेत

(a) लहरी जखम

(b) मांडीवरजखमा

(c) डेल्टा जखम

(d) दुहेरी जखम

35. वेल्डिंग जनरेटर असेल

(a) लॅपवाइंडिंग

(b) लहरी वळण

(c) डेल्टा वळण

(d) डुप्लेक्स वेव्ह वळण

36. DC मशीन वळणाच्या बाबतीत, कम्युटेटर सेगमेंट्सची संख्या समान असते

(a) आर्मेचरकॉइलचीसंख्या

(b) आर्मेचर कॉइल बाजूंची संख्या

(c) आर्मेचर कंडक्टरची संख्या

(d) आर्मेचर वळणांची संख्या

37. DC मशीन प्रयोगशाळेसाठी खालील प्रकारचा DC पुरवठा योग्य असेल

(a) रोटरी कनवर्टर

(b) पारा हे सुधारक आहेत

(c) इंडक्शनमोटरडीसीजनरेटरसेट

(d) सिंक्रोनस मोटर डीसी जनरेटर सेट

38. डीसी मशीनच्या बाबतीत पोल शूजचे कार्य आहे

(a) चुंबकीय मार्गाची अनिच्छा कमी करण्यासाठी

(b) एकसमान प्रवाह घनता प्राप्त करण्यासाठी प्रवाह पसरवणे

(c) फील्ड कॉइलला आधार देण्यासाठी

(d) वरीलसर्वकार्येपारपाडणे

उत्तर: डी

39. लॅप वाइंडिंगच्या बाबतीत परिणामी खेळपट्टी आहे

(a) पुढील आणि मागील खेळपट्ट्यांचा गुणाकार

(b) समोरच्या खेळपट्टीची मागील खेळपट्टीद्वारे विभागणी

(c) पुढील आणि मागील खेळपट्ट्यांची बेरीज

(d) पुढीलआणिमागीलखेळपट्ट्यांमधीलफरक

40. डीसी वेल्डिंग जनरेटर आहे

(a) <u>लॅपवाइंडिंग</u>

(b) लाट हलते

(c) डुप्लेक्स वळण

(d) वरीलपैकी कोणतेही

41. DC जनरेटरबद्दल खालीलपैकी कोणते विधान चुकीचे आहे?

(a) DC मशीनमध्ये भरपाई देणारे वाइंडिंग कम्युटेशनमध्ये मदत करते

(b) DC जनरेटरमध्ये इंटरपोल वाइंडिंग आर्मेचर वळणाच्या सहाय्याने मालिकेत जोडलेले असते.

(c) मागील खेळपट्टी आणि पुढची खेळपट्टी दोन्ही विषम आणि पोल पिचच्या अंदाजे समान आहेत

(d) <u>डीसीशंटजनरेटरच्यासमांतरचालविण्यासोबतइक्विलाइझिंगबसबारवापरलेजातात</u>

42. डीसी जनरेटरमधील आर्मेचर प्रतिक्रियाचे डिमॅग्नेटाइजिंग घटक

(a) <u>जनरेटर emf कमीकरते</u>

(b) आर्मेचर गती वाढवते

(c) इंटरपोल फ्लक्स घनता कमी करते

(d) परिणामी त्रास वाढतो

43. डीसी जनरेटरमधील चुंबकीय क्षेत्र द्वारे तयार केले जाते

(a) <u>विद्युतचुंबक</u>

(b) कायम चुंबक

(c) दोन्ही (a) आणि (b)

(d) वरीलपैकी काहीही नाही

44. कम्युटेटरमधील ब्रशेसच्या संख्येवर अवलंबून असते

(a) आर्मेचरचा वेग

(b) वळणाचा प्रकार

(c) व्होल्टेज

(d) <u>जमाकरावयाच्याविद्युतप्रवाहाचीरक्कम</u>

45. डीसी जनरेटरमध्ये भरपाई देणारे विंडिंग वापरले जातात

(a) मुख्यतः स्थानिक शॉर्ट-सर्किट प्रदान करून एडी प्रवाह कमी करण्यासाठी

(b) थंड हवेच्या अभिसरणासाठी मार्ग प्रदान करणे

(c) <u>आर्मेचरप्रतिक्रियेचाक्रॉस-चुंबकीयप्रभावतटस्थकरण्यासाठी</u>

(d) वरीलपैकी काहीही नाही

46. DC, जनरेटरचा खालीलपैकी कोणता घटक महत्त्वाची भूमिका बजावतो डीसी जनरेटरचा थेट प्रवाह प्रदान करणे?

(a) डमी कॉइल

(b) कम्युटेटर

(c) डोळा बोल्ट

(d) इक्विलायझर रिंग्ज

47. डीसी जनरेटरमध्ये व्युत्पन्न होणाऱ्या डायरेक्ट ईएमएफमधील तरंग कमी होतात

(a) ॲनिल्ड कॉपरचा कंडक्टर वापरणे

(b) मोठ्या संख्येने सेगमेंटसह कम्युटेटर वापरणे

(c) उत्तमदर्जाचेकार्बनब्रशवापरणे

(d) इक्विलाइझर रिंग वापरणे

48. डीसी जनरेटरमध्ये, लॅप विंडिंगसाठी वापरले जाते

(a) उच्च व्होल्टेज, उच्च प्रवाह

(b) कमीव्होल्टेज, उच्चप्रवाह

(c) उच्च व्होल्टेज, कमी प्रवाह

(d) कमी व्होल्टेज, कमी प्रवाह

49. दोन जनरेटर A आणि B मध्ये प्रत्येकी 6-ध्रुव आहेत. जनरेटर A मध्ये वेव्ह जखमेची आर्मेचर असते तर जनरेटर B मध्ये लॅप जखम आर्मेचर असते. प्रेरित emf चे गुणोत्तर जनरेटर A आणि B असेल

(अ) २ : ३

(b) ३ : १

(c) ३ : २

(d) १ : ३

50. खालीलपैकी कोणत्या प्रकारच्या ब्रशसाठी व्होल्टेज कमी होणे अपेक्षित आहे?

(a) ग्रेफाइट ब्रशेस

(b) कार्बन ब्रशेस

(c) मेटलग्रेफाइटब्रशेस

(d) वरीलपैकी काहीही नाही

51. शंट घाव DC जनरेटरद्वारे व्युत्पन्न केलेला emf isE. आता ध्रुव प्रवाह स्थिर असताना, जनरेटरचा वेग दुप्पट केल्यास, ईएमएफ तयार होईल

(a) E/2

(b) 2E

(c) E पेक्षा किंचित कमी

(d) ई

53. डीसी जनरेटरचा आर्मेचर कोर सहसा बनलेला असतो

(a) सिलिकॉनस्टील

(b) तांबे

(c) नॉन-फेरस सामग्री

(d) कास्ट-लोह

54. डीसी मशीनचे समाधानकारक बदल आवश्यक आहे

(a) ब्रश योग्य दर्जाचे आणि आकाराचे असावेत

(b) ब्रश होल्डरमध्ये सहजतेने चालले पाहिजेत

(c) गुळगुळीत, एकाग्र कम्युटेटर योग्यरित्या अंडरकट

(d) वरीलसर्व

54अ. डीसी मशीनची ओपन सर्किटेड आर्मेचर कॉइल आहे

(अ) कम्युटेटर सेगमेंटच्या डाग द्वारे ओळखले जाते ज्याला ओपन सर्किट केलेले कॉइल जोडलेले आहे

(b) कम्युटेटरभोवती पूर्णपणे स्पार्कद्वारे सूचित केले जाते

(c) दोन्ही (a) आणि (b)

(d) वरीलपैकी काहीही नाही

56. दोन किंवा अधिक डीसी कंपाऊंड जनरेटरच्या समांतर ऑपरेशनसाठी, आम्ही याची खात्री करावी

(a) इनकमिंग जनरेटरचा व्होल्टेज बस बारच्या व्होल्टेजसारखाच असावा

(b) इनकमिंग जनरेटरची ध्रुवीयता बस बार सारखीच असावी

(c) सर्व मालिका फील्ड इक्विलायझर कनेक्शनद्वारे समांतर चालवल्या पाहिजेत

(d) सर्वजनरेटरचीमालिकाफील्डआर्मेचरच्यासकारात्मकबाजूनेकिंवानकारात्मकबाजूनेअसावी

57. डीसी मालिका जनरेटर वापरला जातो

(a) कर्षण लोड पुरवठा करण्यासाठी

(b) स्थिर व्होल्टेजवर औद्योगिक भार पुरवणे

(c) फीडरच्याटॉडएंडलाव्होल्टेज

(d) वरीलपैकी कोणत्याही हेतूसाठी नाही

58. खालील DC जनरेटर खांबांमध्ये कोणत्याही अवशिष्ट चुंबकत्वाशिवाय तयार होण्याच्या स्थितीत असेल

(a) मालिका जनरेटर

(b) शंट जनरेटर

(c) कंपाऊंड जनरेटर

(d) स्वयं-उत्तेजितजनरेटर

59. इंटरपोल फ्लक्स पुरेसे असावे

(a) कम्युटेटिंग सेल्फ-प्रेरित ईएमएफ तटस्थ करा

(b) आर्मेचर प्रतिक्रिया प्रवाह तटस्थ करा

(c)

कॉइलमध्येप्रेरितआर्मेचररिॲक्शनफ्लक्सतसेचकम्युटेटिंगईएमएफदोन्हीतटस्थकरा

(d) वरीलपैकी कोणतेही कार्य करत नाही

60. ऑटोमोबाईल बॅटरी चार्ज करण्यासाठी सामान्यतः डीसी जनरेटरला प्राधान्य दिले जाते

(a) मालिका जनरेटर

(b) शंट जनरेटर

(c) लांबशंटकंपाउंडजनरेटर

(d) वरीलपैकी कोणतेही

61. DC जनरेटरमध्ये यांत्रिक अंश आणि विद्युत अंशांची संख्या समान असेल जेव्हा

(a) rpm 300 पेक्षा जास्त आहे

(b) rpm 300 पेक्षा कमी आहे

(c) ध्रुवांची संख्या 4 आहे

(d) ध्रुवांचीसंख्या 2 आहे

62. Permeance च्या परस्पर आहे

(a) प्रवाह घनता

(b) अनिच्छा

(c) ॲंपिअर-वळण

(d) प्रतिकार

63. डीसी जनरेटरमध्ये इंटरपोलची ध्रुवता

(a) मुख्यध्रुवाच्यापुढच्याखांबाप्रमाणेचआहे

(b) तत्काळ आधीच्या ध्रुवाप्रमाणेच आहे

(c) समोरच्या मुख्य ध्रुवाच्या विरुद्ध आहे

(d) तटस्थ आहे कारण हे ध्रुव emf निर्माण करण्यात भाग घेत नाहीत

64. DC जनरेटरमध्ये व्युत्पन्न केलेले emf थेट प्रमाणात असते

(a) प्रवाह/ध्रुव

(b) आर्मेचरचावेग

(c) ध्रुवांची संख्या

(d) वरील सर्व

65. DC जनरेटरमध्ये चुंबकीय तटस्थ अक्ष भौमितिक तटस्थ अक्षाशी एकरूप होतो, जेव्हा

(a) जनरेटरवरकोणताहीभारनाही

(b) जनरेटर पूर्ण लोडवर चालतो

(c) जनरेटर ओव्हरलोडवर चालतो

(d) जनरेटर डिझाइन केलेल्या वेगाने चालतो

66. ब्रशेसवरील स्पार्किंग कमी करण्यासाठी डीसी जनरेटरमध्ये, कॉइलमधील स्वयं-प्रेरित ईएमएफ खालील सर्व गोष्टींशिवाय तटस्थ केले जाते

(a) इंटरपोल

(b) डमीकॉइल

(c) भरपाई देणारे वळण

(d) ब्रशेसच्या अक्षाचे स्थलांतर

67. नो-लोडवर डीसी जनरेटरमध्ये, अंतराळातील हवेतील अंतर प्रवाह वितरण आहे

(a) सायनसॉइडल

(b) त्रिकोणी

(c) स्पंदन

(d) फ्लॅटटॉप

68. 1000 rpm वर चालणाऱ्या शंट जनरेटरने 200 V म्हणून emf व्युत्पन्न केले आहे. जर वेग 1200 rpm पर्यंत वाढला, तर व्युत्पन्न होणारा emf जवळपास असेल

(a) 150 V

(b) 175 V

(c) 240 V

(d) 290 V

69. जनरेटरमध्ये डमी कॉइल प्रदान करण्याचा उद्देश आहे

(a) एडी वर्तमान नुकसान कमी करण्यासाठी

(b) फ्लक्स घनता वाढवण्यासाठी

(c) व्होल्टेज वाढवण्यासाठी

(d) रोटरसाठीयांत्रिकसंतुलनप्रदानकरणे

1. खालीलपैकी कोणत्या मोटरचा नो-लोड वेग सर्वाधिक असेल?

(a) शंट मोटर

(b) मालिकामोटर

(c) संचयी कंपाऊंड मोटर

(d) कंपाऊंड मोटरमध्ये फरक करा

2. डीसी सीरीज मोटरच्या रोटेशनची दिशा द्वारे बदलली जाऊ शकते

(a) अदलाबदल करणारे पुरवठा टर्मिनल

(b) फील्डटर्मिनल्सचीअदलाबदलकरणे

(c) वरील (a) आणि (b) पैकी एक

(d) वरीलपैकी काहीही नाही

3. खालीलपैकी कोणत्या ॲप्लिकेशनला उच्च प्रारंभिक टॉर्क आवश्यक आहे?

(a) लेथ मशीन

(b) केंद्रापसारक पंप

(c) <u>लोकोमोटिव्ह</u>

(d) एअर ब्लोअर

4. कन्व्हेयर्ससाठी डीसी मोटर निवडायची असल्यास, कोणता रायटरला प्राधान्य दिले जाईल?

(a) <u>मालिकामोटर</u>

(b) शंट मोटर

(c) भिन्न कंपाऊंड मोटर

(d) संचयी कंपाऊंड मोटर

5. मशीन टूल्ससाठी कोणत्या DC मोटरला प्राधान्य दिले जाईल?

(a) मालिका मोटर

(b) <u>शंटमोटर</u>

(c) संचयी कंपाऊंड मोटर

(d) विभेदक कंपाऊंड मोटर

6. भिन्न कंपाऊंड डीसी मोटर्स आवश्यक असलेले अनुप्रयोग शोधू शकतात

(a) उच्च प्रारंभिक टॉर्क

(b) <u>कमीसुरूहोणाराटॉर्क</u>

(c) चल गती

(d) वारंवार ऑन-ऑफ सायकल

7. लिफ्टसाठी कोणत्या DC मोटरला प्राधान्य दिले जाते?

(a) शंट मोटर

(b) मालिका मोटर

(c) विभेदक कंपाऊंड मोटर

(d) <u>संचयीकंपाऊंडमोटर</u>

8. फ्लेमिंगच्या डाव्या हाताच्या नियमानुसार, जेव्हा तर्जनी फील्ड किंवा फ्लक्सच्या दिशेने निर्देशित करते, तेव्हा मधले बोट त्याच्या दिशेने निर्देशित करेल

(a) <u>कंडक्टरच्याकंडक्टरमधीलविद्युत्प्रवाह</u>

(c) कंडक्टरवर परिणामी बल

(d) वरीलपैकी काहीही नाही

9. मोटार चालू असताना DC शंट मोटरचे फील्ड उघडल्यास

(a) मोटरचा वेग कमी होईल %

(b) आर्मेचर करंट कमी होईल

(c) <u>मोटरधोकादायकरीत्याउच्चगतीप्राप्तकरेल 1</u>

(d) मोटार सतत वेग नुवट करत राहील

10. स्टार्टर्स डीसी मोटर्ससह वापरले जातात कारण

(a) या मोटर्समध्ये उच्च प्रारंभिक टॉर्क असतो

(b) या मोटर्स स्व-सुरू होत नाहीत

(c) या मोटर्सचा बॅक emf सुरुवातीला शून्य आहे

(d) आर्मेचरकरंटप्रतिबंधितकरणेकारणप्रारंभकरतानाबॅकईएमएफनाही

11. लोड कमी झाल्यामुळे डीसी शंट मोटर्समध्ये

(a) वेग अचानक वाढेल

(b) लोड कमी करण्याच्या प्रमाणात वेग वाढेल

(c) वेगजवळजवळ/स्थिरराहील

(d) वेग कमी होईल

12. डीसी मालिका मोटर म्हणजे जी

(a) जाडवायरआणिकमीवळणेअसलेलेत्याचेफील्डवाइंडिंगआहे

(b) खराब टॉर्क आहे

(c) लोड न करता सहज सुरू करता येते

(d) जवळजवळ स्थिर गती आहे

13. डीसी मोटर सुरू करण्यासाठी स्टार्टर आवश्यक आहे कारण

(a) ते मोटरचा वेग मर्यादित करते

(b) हेप्रारंभकरंटलासुरक्षितमूल्यापर्यंतमर्यादितकरते

(c) ते मोटर सुरू करते

(d) वरीलपैकी काहीही नाही

14. कातर आणि पंचांसाठी वापरल्या जाणाऱ्या डीसी मोटरचा प्रकार आहे

(a) शंट मोटर

(b) मालिका मोटर

(c) विभेदक कंपाऊट डीसी मोटर

(d) संचयीकंपाऊंड DC मोटर

15. जर DC मोटर AC पुरवठ्यावर जोडली असेल तर ती होईल

(a) सामान्य वेगाने धावणे

(b) धावत नाही

(c) कमी वेगाने धावणे

(d) .एडीकरंट्सद्वारेशेतातवळणघेतअसलेल्याउष्णतेमुळेजळणे

16. DC चा वेग मिळविण्यासाठी, विद्युत ऊर्जेचा अपव्यय न करता सामान्यपेक्षा कमी मोटर वापरली जाते.

(a) वार्डलिओनार्डनियंत्रण

(b) रियोस्टॅटिक नियंत्रण
(c) वरीलपैकी कोणतीही पद्धत
(d) वरीलपैकी कोणतीही पद्धत नाही

17. जेव्हा दोन DC मालिका मोटर्स समांतर जोडलेले असतात, तेव्हा परिणामी गती असते
(a) सामान्य वेगापेक्षा जास्त
(b) सामान्य गतीपेक्षा तोटा
(c) सामान्यगती
(d) शून्य

18. डीसी शंट मोटरचा वेग त्याच्या फुल-लोड वेगापेक्षा जास्त मिळवता येतो
(a) फील्डकरंटकमीकरणे
(b) फील्ड करंट वाढवणे
(c) आर्मेचर करंट कमी करणे
(d) आर्मेचर करंट वाढवणे

19. डीसी शंट मोटरमध्ये, वेग असतो
(a) आर्मेचरकरंटपासूनस्वतंत्र
(b) आर्मेचर करंटच्या थेट प्रमाणात
(c) प्रवाहाच्या वर्गाच्या प्रमाणात
(d) आर्मेचर करंटच्या व्यस्त प्रमाणात

20. डायरेक्ट ऑन लाईन स्टार्टर वापरला जातोः मोटर्स सुरू करण्यासाठी
(a) 5 HP पर्यंत
(b) 10 HP पर्यंत
(c) 15 HP पर्यंत
(d) 20 HP पर्यंत

21. DC मोटरचा मागचा emf अचानक गायब झाल्यास काय होईल?
(a) मोटर थांबेल
(b) मोटर चालूच राहील
(c) आर्मेचरजळूशकते
(d) मोटर गोंगाटात चालेल

22. डीसी शंट मोटर्सच्या बाबतीत वेग फक्त बॅक ईएमएफवर अवलंबून असतो कारण
(a) बॅक ईएमएफ आर्मेचर ड्रॉपच्या समान आहे
(b) आर्मेचर ड्रॉप नगण्य आहे
(c) फ्लक्स आर्मेचर करंटच्या प्रमाणात आहे
(d) प्रवाह D:C मध्येव्यावहारिकदृष्ट्यास्थिरअसतो. शंटमोटर्स

23. डीसी शंट मोटरमध्ये, जास्तीत जास्त पॉवरच्या परिस्थितीत, आर्मेचरमध्ये करंट असेल

(a) जवळजवळ नगण्य

(b) रेट केलेले पूर्ण-लोड प्रवाह

(c) पूर्ण लोड करंटपेक्षा कमी

(d) <u>पूर्णलोडकरंटपेक्षाजास्त</u>

24. आजकाल डीसी मोटर्स मोठ्या प्रमाणात वापरल्या जातात

(a) पंपिंग सेट

(b) एअर कंप्रेसर

(c) <u>विद्युतकर्षण</u>

(d) मशीनची दुकाने

25. मोटरचा कोणता भाग बघून, विशिष्ट मोटर ही डीसी मोटर आहे याची सहज खात्री करता येते?

(a) फ्रेम

(b) शाफ्ट

(c) <u>कम्युटेटर</u>

(d) स्टेटर

26. खालीलपैकी कोणत्या ऍप्लिकेशनमध्ये DC सीरीज मोटर नेहमीच वापरण्याचा प्रयत्न केला जातो?

(a) <u>कारसाठीस्टार्टर</u>

(b) पाण्याच्या पंपासाठी गाडी चालवा

(c) फॅन मोटर

(d) AC किंवा DC मध्ये मोटर ऑपरेशन

27. डीसी मशीनमध्ये फ्रॅक्शनल पिच वाइंडिंगचा वापर केला जातो

(a) कूलिंग सुधारण्यासाठी

(b) तांब्याचे नुकसान कमी करण्यासाठी

(c) व्युत्पन्न ईएमएफ वाढवणे

(d) <u>स्पार्किंगकमीकरण्यासाठी</u>

28. तीन पॉइंट स्टार्टरसाठी योग्य मानले जाते

(a) शंट मोटर्स

(b) <u>शंटतसेचकंपाऊंडमोटर्स</u>

(c) शंट, कंपाउंड आणि मालिका मोटर्स

(d) सर्व DC मोटर्स

29. डीसी मोटरसाठी जास्तीत जास्त पॉवर मिळण्याच्या अटी स्थापित झाल्यास, मोटरची कार्यक्षमता किती असेल

(a) 100%

(ब) सुमारे ९०%

(c) कुठेही ७५% आणि ९०% दरम्यान

(d) ५०% पेक्षाकमी

30. स्टार्टिंग टॉर्क ते फुल-लोड टॉर्कचे गुणोत्तर कमीत कमी आहे

(a) मालिका मोटर्स

(b) शंटमोटर्स

(c) कंपाऊंड मोटर्स

(d) वरीलपैकी काहीही नाही

31. DC मोटरमध्ये खालीलपैकी कोणते कमाल तापमान वाढ टिकवून ठेवू शकते?

(a) स्लिप रिंग

(b) कम्युटेटर

(c) फील्डवळण

(d) आर्मेचर वळण

33. DC मोटरच्या फिरण्याची दिशा ठरवण्यासाठी खालीलपैकी कोणता कायदा/नियम वापरता येईल?

(a) लेन्झचा कायदा

(b) फॅरेडेचा कायदा

(c) कोलंबचा कायदा

(d) फ्लेमिंगचाडावखुरानियम

34. खालीलपैकी कोणत्या लोडला सामान्यतः रेट केलेल्या टॉर्कपेक्षा जास्त टॉर्क सुरू करण्याची आवश्यकता असते?

(a) ब्लोअर्स

(b) कन्वेयर

(c) एअर कंप्रेसर

(d) केंद्रापसारक पंप

35. सामान्यतः डीसी मोटरचा प्रारंभिक प्रतिकार असतो

(a) कमी

(b) सुमारे 500 प्र

(c) 1000 प्र

(d) अमर्यादपणे मोठे

36. डीसी सीरीज मोटरचा वेग आहे

(a) आर्मेचर करंटच्या प्रमाणात

(b) आर्मेचर करंटच्या वर्गाच्या प्रमाणात

(c) फील्ड करंटच्या प्रमाणात

(d) आर्मेचरकरंटच्याव्यस्तप्रमाणात

37. डीसी सीरीज मोटरमध्ये, आर्मेचर करंट 50% ने कमी केल्यास, मोटरचा टॉर्क समान असेल

(a) मागील मूल्याच्या 100%

(b) मागील मूल्याच्या 50%

(c) मागीलमूल्याच्या 25%

(d) मागील मूल्याच्या 10%

38. डीसी मोटरच्या आर्मेचरने काढलेला विद्युत् प्रवाह थेट प्रमाणात आहे

(a) आवश्यकटॉर्क

(b) मोटरचा वेग

(c) टर्मिनल्सवरील व्होल्टेज

(d) वरीलपैकी काहीही नाही

39. इलेक्ट्रिक मोटरच्या नेम प्लेटवर नमूद केलेली शक्ती दर्शवते

(a) kW मध्ये काढलेली शक्ती

(b) kVA मध्ये काढलेली शक्ती

(c) स्थूल शक्ती

(d) शाफ्टवरउपलब्धआउटपुटपॉवर

40. कोणत्या DC मोटरला जास्तीत जास्त सेल्फ लोडिंग प्रॉपर्टी मिळाली आहे?

(a) मालिका मोटर

(b) शंट मोटर

(c) एकत्रितपणे मिश्रित 'मोटर

(d) भिन्नकंपाउंडमोटर

41. फ्लायव्हीलसह कोणती डीसी मोटर अधूनमधून प्रकाश आणि जड भारांसाठी योग्य असेल?

(a) मालिका मोटर

(b) शंट मोटर

(c) एकत्रितपणेमिश्रितमोटर

(d) भिन्न कंपाउंड मोटर

42. जर डीसी शंट मोटर लोड न करता काम करत असेल आणि शंट फील्ड सर्किट अचानक उघडले तर

(a) मोटरला काहीही होणार नाही

(b) यामुळे आर्मेचर जड करंट घेण्यास तयार होईल, शक्यतो ते जळू शकेल

(c) याचापरिणामजास्तवेगातहोईल, शक्यतोजास्तकेंद्रापसारकताणामुळेआर्मेचरनष्टहोईल

(d) मोटर अतिशय मंद गतीने चालेल

43. डीसी सीरीज मोटर्स वापरतात

(a) जेथे भार स्थिर असतो

(b) जेथे लोड वारंवार बदलते

(c) जेथे सतत ऑपरेटिंग गती आवश्यक असते

(d) वरीलपैकीकोणत्याहीपरिस्थितीतनाही.

44. समान HP रेटिंग आणि पूर्ण लोड गतीसाठी, खालील मोटरला खराब प्रारंभ टॉर्क आहे

(a) शंट

(b) मालिका

(c) विभेदकपणेमिश्रित

(d) एकत्रितपणे चक्रवाढ

45. कंडक्टिव्हली भरपाई DC सीरीज मोटर्सच्या बाबतीत, नुकसान भरपाई देणारी वळण प्रदान केली जाते

(a) स्वतंत्रपणे जखमेच्या युनिट म्हणून

(6) आर्मेचर विंडिंगच्या समांतर

(c) आर्मेचरविंडिंगसहमालिकेत

(d) फील्ड विंडिंगच्या समांतर

46. डीसी मोटरच्या कम्युटेटरवर स्पार्किंग होऊ शकते

(a) कम्युटेटर विभागांचे नुकसान

(b) कम्युटेटर इन्सुलेशनचे नुकसान

(c) वाढलेली वीज वापर

(d) वरीलसर्व

47. अत्यंत स्फोटक वातावरणात चालवण्यासाठी खालीलपैकी कोणती मोटर पसंत केली जाते?

(a) मालिका मोटर

(b) शंट मोटर

(c) एअरमोटर

(d) बॅटरीवर चालणारी मोटर

48. डीसी मोटरसाठी पुरवठा व्होल्टेज वाढल्यास खालीलपैकी कोणते कमी होईल?

(a) टॉर्क सुरू करणे

(b) ऑपरेटिंग गती

(c) पूर्ण-भारितप्रवाह

(d) वरील सर्व

49. खालीलपैकी कोणते DC मशीनमध्ये पोल शूजचे कार्य नाही?

(a) एडीवर्तमाननुकसानकमीकरण्यासाठी

(b) फील्ड कॉइलला आधार देण्यासाठी

(c) चांगल्या एकरूपतेसाठी प्रवाह पसरवणे

(d) चुंबकीय मार्गाची अनिच्छा कमी करणे

50. बॅक ईएमएफ आणि लागू व्होल्टेजचे गुणोत्तर असताना शंट मोटरने विकसित केलेली यांत्रिक शक्ती जास्तीत जास्त असेल

(a) 4.0

(b) 2.0

(c) 1.0

(d) ०.५

51. डीसी मोटरच्या बाबतीत कमाल शक्तीची अट आहे

(a) बॅक emf = 2 x पुरवठा व्होल्टेज

(b) बॅक emf = | x पुरवठाव्होल्टेज

(c) पुरवठा व्होल्टेज = | x परत emf

(d) पुरवठा व्होल्टेज = बॅक emf

52. खालीलपैकी कोणत्या ॲप्लिकेशनसाठी AC मोटरपेक्षा DC मोटरला प्राधान्य दिले जाते?

(a) कमी गतीचे ऑपरेशन

(b) हाय स्पीड ऑपरेशन

(c) व्हेरिएबलस्पीडऑपरेशन

(d) स्थिर गती ऑपरेशन

53. DC मशीनमध्ये अवशिष्ट चुंबकत्व क्रमाने असते

(a) 2 ते 3 टक्के

(6) 10 ते 15 टक्के

(c) 20 ते 25 टक्के

(d) 50 ते 75 टक्के

54. क्रेन आणि होइस्टसाठी कोणती डीसी मोटर सामान्यतः पसंत केली जाते?

(a) मालिकामोटर

(b) शंट मोटर

(c) एकत्रितपणे मिश्रित मोटर

(d) भिन्न कंपाउंड मोटर

55. थ्री पॉइंट स्टार्टरचा वापर केला जाऊ शकतो

(a) फक्त मालिका मोटर

(b) फक्त शंट मोटर

(c) केवळ कंपाऊंड मोटर

(d) शंटआणिकंपाऊंडमोटरदोन्ही

56. स्पार्किंग, डीसी मोटरमध्ये परावृत्त केले जाते कारण

(a) ते इनपुट पॉवर वापर वाढवते

(b) कम्युटेटरचेनुकसानहोते

(c) दोन्ही (a) आणि (b)

(d) वरीलपैकी काहीही नाही

57. वॉर्ड लिओनार्ड पद्धतीद्वारे वेग नियंत्रण एकसमान वेग बदल देते

(a) एका दिशेने

(b) दोन्हीदिशेने

(c) फक्त सामान्य वेगापेक्षा कमी

(d) फक्त सामान्य वेगापेक्षा जास्त.

58. फ्लायव्हीलचा वापर DC कंपाऊंड मोटरसह मोटारची सर्वाधिक मागणी कमी करण्यासाठी केला जातो, कंपाऊंड मोटर असणे आवश्यक आहे

(a) पातळी मिश्रित

(b) कंपाऊंड अंतर्गत

(c) एकत्रितपणेमिश्रित

(d) विभेदकपणे मिश्रित

59. उच्च प्रारंभ टॉर्क आणि विस्तृत गती श्रेणी नियंत्रण आवश्यक असल्यास खालील मोटर वापरली जाते.

(a) सिंगल फेज कॅपेसिटर स्टार्ट

(b) इंडक्शन मोटर

(c) सिंक्रोनस मोटर

(d) DC मोटर

60. वेगळ्या कंपाऊंड केलेल्या DC मोटरमध्ये, शंट फील्ड अचानक उघडल्यास

(a) मोटरप्रथमथांबेलआणिनंतरमालिकामोटरम्हणूनविरुद्धदिशेनेधावेल

(b) मोटर मालिका मोटर म्हणून काम करेल आणि त्याच दिशेने मंद गतीने धावेल

(c) मोटर मालिका मोटर म्हणून काम करेल आणि त्याच दिशेने उच्च वेगाने धावेल

(d) मोटर काम करणार नाही आणि थांबेल

61. खालीलपैकी कोणत्या मोटरचा वेग कमी आहे?

(a) शंट मोटर

(b) <u>मालिकामोटर</u>

(c) विभेदक कंपाऊंड मोटर

(d) संचयी कंपाऊंड मोटर

62. बसेस, ट्रेन्स, ट्रॉली, हॉइस्ट, क्रेन यांना उच्च स्टार्टिंग टॉर्कची आवश्यकता असते आणि म्हणून वापरा

(a) <u>DC मालिकामोटर</u>

(b) DC शंट मोटर

(c) इंडक्शन मोटर

(d) वरील सर्व मोटर्स

63. जसा - लोड वाढला की डीसी शंट मोटरचा वेग वाढेल

(a) <u>किंचितकमीकरा</u>

(b) किंचित वाढवा

(c) प्रमाणानुसार वाढवा

(d) अपरिवर्तित राहते

64. डीसी शंट मोटरचा आर्मेचर टॉर्क याच्या प्रमाणात आहे

(a) फक्त फील्ड फ्लक्स

(b) <u>फक्तआर्मेचरकरंट</u>

(c) दोन्ही (a) आणि (b)

(d) वरीलपैकी काहीही नाही

65. DC मशीनच्या वेग नियंत्रणाची खालीलपैकी कोणती पद्धत किमान कार्यक्षमता देईल?

(a) व्होल्टेज नियंत्रण पद्धत

(b) क्षेत्र नियंत्रण पद्धत

(c) <u>आर्मेचरनियंत्रणपद्धत</u>

(d) वरील सर्व पद्धती

1. खालीलपैकी कोणता घटक सहसा सिलिकॉन स्टीलपासून बनविला जातो?

(a) बेअरिंग्ज

(b) शाफ्ट

(c) <u>Statorcore</u>

(d) वरीलपैकी काहीही नाही

2. इंडक्शन मोटरची फ्रेम सहसा बनलेली असते

(a) सिलिकॉन स्टील

(b) <u>कास्टलोह</u>

(c) ॲल्युमिनियम

(d) कांस्य

3. इंडक्शन मोटरचा शाफ्ट बनलेला असतो

(a) ताठ

(b) लवचिक

(c) पोकळ

(d) वरीलपैकी कोणतेही

4. इंडक्शन मोटरचा शाफ्ट बनलेला असतो

(a) हाय स्पीड स्टील

(b) स्टेनलेस स्टील

(c) कार्बनस्टील

(d) कास्ट लोह

5. इंडक्शन मोटरमध्ये, स्लिप सामान्यतः नो-लोड असते

(a) 1% पेक्षाकमी

(b) 1.5%

(c) 2%

(d) 4%

6. मध्यम आकाराच्या इंडक्शन मोटर्समध्ये, स्लिप साधारणपणे सुमारे असते

(अ) ०.०४%

(ब) ०.४%

(c) 4%

(d) 14%

7. गिलहरी पिंजरा इंडक्शन मोटर्समध्ये, रोटर स्लॉट्सला सामान्यतः थोडासा स्क्यू दिला जातो

करण्यासाठी

(a) वाऱ्यामुळे होणारे नुकसान कमी करा

(b) एडी प्रवाह कमी करा

(c) घाण आणि धूळ साचणे कमी करा

(d) चुंबकीयगुंजनकमीकरा

8. इंडक्शन मोटरमधील हवेतील अंतर वाढल्यास

(a) रोटरचा चुंबकीय प्रवाह कमी होईल

(b) पॉवरफॅक्टरकमीहोईल

(c) मोटरचा वेग वाढेल

(d) वाऱ्यामुळे होणारे नुकसान वाढेल

9. स्लिप रिंग सहसा बनविल्या जातात

(a) तांबे

(b) कार्बन
(c) फॉस्पोरकांस्य
(d) ॲल्युमिनियम

10. 3-फेज 440 V, 50 Hz इंडक्शन मोटरमध्ये 4% स्लिप आहे. रोटरची वारंवारता emf असेल
(a) 200 Hz
(b) 50 Hz
(c) 2 Hz
(d) 0.2 Hz

11. Ns मध्ये समकालिक गती आणि s स्लिप आहे, नंतर वास्तविक धावण्याचा वेग इंडक्शन मोटर असेल
(a) एन.एस
(b) sN,
(c) (ls) Ns
(d) (Ns-l)s

इंडक्शन मोटरची कार्यक्षमता जवळपास असण्याची अपेक्षा केली जाऊ शकते
(अ) ६० ते ९०%
(ब) 80 ते 90%
(c) 95 ते 98%
(d) 99%

13. गिलहरी पिंजरा इंडक्शन मोटरवरील स्लिप रिंगची संख्या सामान्यतः
(a) दोन
(b) तीन
(c) चार
(d) काहीहीनाही

14. गिलहरी-पिंजरा इंडक्शन मोटरचा प्रारंभिक टॉर्क आहे
(a) कमी
(b) नगण्य
(c) पूर्ण-लोड टॉर्क सारखेच
(d) फुल-लोड टॉर्कपेक्षा किंचित जास्त

15. दुहेरी गिलहरी-पिंजरा इंडक्शन मोटर आहे
(a) दोन रोटर विरुद्ध दिशेने फिरत आहेत
(b) स्टेटरमध्ये दोन समांतर विंडिंग
(c) रोटरमध्येदोनसमांतरविंडिंग
(d) स्टेटरमध्ये दोन मालिका विंडिंग

16. मोटर्सची स्टार-डेल्टा स्टार्टिंगच्या बाबतीत शक्य नाही
(a) सिंगलफेजमोटर्स
(b) व्हेरिएबल स्पीड मोटर्स
(c) कमी हॉर्स पॉवर मोटर्स
(d) हाय स्पीड मोटर्स
17. 'कॉगिंग' या शब्दाशी संबंधित आहे
(a) तीन फेज ट्रान्सफॉर्मर
(b) कंपाऊंड जनरेटर
(c) DC मालिका मोटर्स
(d) इंडक्शनमोटर्स
18. इंडक्शन मोटर्सच्या बाबतीत टॉर्क असतो
(a) (Vslip) च्या व्यस्त प्रमाणात
(b) (स्लिप)2 च्या थेट प्रमाणात
(c) स्लिपच्या व्यस्त प्रमाणात
(d) स्लिपच्याथेटप्रमाणात
19. 1000 rpm गती असलेली इंडक्शन मोटर असेल
(a) 8 ध्रुव
(b) 6 ध्रुव
(c) 4 ध्रुव
(d) 2 ध्रुव
20. सरासरी असल्यास इंडक्शन मोटरचा चांगला पॉवर फॅक्टर मिळवता येतो हवेच्या अंतरामध्ये फ्लक्स घनता आहे
(a) अनुपस्थित
(b) लहान
(c) मोठा
(d) अनंत
21. इंडक्शन मोटर सारखीच असते
(a) DC कंपाऊंड मोटर
(b) DC मालिका मोटर
(c) समकालिक मोटर
(d) असिंक्रोनसमोटर
22. इंडक्शन मोटरच्या रोटरमध्ये इंजेक्टेड ईएमएफ असणे आवश्यक आहे
(a) शून्य वारंवारता
(b) स्लिपवारंवारतासारखीचवारंवारता

(c) रोटर emf सारखाच टप्पा

(d) समाधानकारक वेग नियंत्रणासाठी उच्च मूल्य

23. गती नियंत्रित करण्यासाठी खालीलपैकी कोणती पद्धत सहजपणे लागू होते गिलहरी-पिंजरा इंडक्शन मोटर?

(a) स्टेटरपोलचीसंख्याबदलून

(b) रोटर रिओस्टॅट नियंत्रण

(c) कॅस्केडमध्ये दोन मोटर चालवून

(d) रोटर सर्किटमध्ये ईएमएफ इंजेक्ट करून

24. इंडक्शन मोटरमधील क्रॉलिंगमुळे होते

(a) कमी व्होल्टेज पुरवठा

(b) जास्त भार

(c) मोटारमध्येविकसितहार्मोनिक्स

(d) मशीनची अयोग्य रचना

(e) वरीलपैकी काहीही नाही

25. ऑटो-स्टार्टर्स (तीन ऑटो ट्रान्सफॉर्मर वापरून) पिंजरा सुरू करण्यासाठी वापरला जाऊ शकतो

खालील प्रकारची इंडक्शन मोटर

(a) फक्त तारा जोडलेला आहे

(b) केवळ डेल्टा जोडलेला आहे

(c) (a) आणि (b) दोन्ही

(d) वरीलपैकी काहीही नाही

26. ऑटोस्टार्टरसह पिंजरा इंडक्शन मोटरमध्ये विकसित टॉर्क आहे

(a) थेट स्विचिंगसह k/टॉर्क

(6) थेट स्विचिंगसह के x टॉर्क

(c) थेटस्विचिंगसह K2 x टॉर्क

(d) थेट स्विचिंगसह k2/टॉर्क

27. जेव्हा दुहेरी गिलहरी-पिंजरा इंडक्शन मोटरचा समतुल्य सर्किट आकृती दोन पिंजरे बांधले जाऊ शकतात

मानले

(a) मालिकेत

(b) समांतर

(c) मालिका-समांतर

(d) स्टेटरच्या समांतर

28. इंडक्शन मोटरची लाइन-स्टार्टिंग टाळणे आणि स्टार्टर वापरणे चांगले

कारण

(a) <u>मोटारपाचतेसातपटपूर्णलोडकरंटघेते</u>

(b) ते खूप वेगाने पिक-अप करेल आणि पायरीबाहेर जाऊ शकते

(c) ते उलट दिशेने धावेल

(d) सुरू होणारा टॉर्क खूप जास्त आहे

29. इंडक्शन मोटरचे स्टेपलेस वेग नियंत्रण खालीलपैकी कोणत्या पद्धतीद्वारे शक्य आहे?

(a) रोटर eueuit मध्ये emf इंजेक्शन

(b) <u>खांबांचीसंख्याबदलणे</u>

(c) कॅस्केड ऑपरेशन

(d) वरीलपैकी काहीही नाही

30. गती नियंत्रणासाठी रोटर रिओस्टॅट नियंत्रण पद्धत वापरली जाते

(a) फक्त गिलहरी-पिंजरा इंडक्शन मोटर्स

(b) <u>फक्तस्लिपरिंगइंडक्शनमोटर्स</u>

(c) दोन्ही (a) आणि (b)

(d) वरीलपैकी काहीही नाही

31. इंडक्शन मोटरसाठी वर्तुळ आकृतीमध्ये, वर्तुळाचा व्यास दर्शवितो

(a) स्लिप

(b) <u>रोटरकरंट</u>

(c) चालू टॉर्क

(d) लाइन व्होल्टेज

32. कोणत्या मोटरचा वेग रोटरच्या बाजूने नियंत्रित केला जाऊ शकतो?

(a) गिलहरी-पिंजरा इंडक्शन मोटर

(b) <u>स्लिप-रिंगइंडक्शनमोटर</u>

(c) दोन्ही (a) आणि (b)

(d) वरीलपैकी काहीही नाही

33. इंडक्शन मोटरचे कोणतेही दोन टप्पे अदलाबदल केले असल्यास

(a) <u>मोटरउलटदिशेनेधावेल</u>

(b) मोटर कमी वेगाने धावेल

(c) मोटर चालणार नाही

(d) मोटर जळून जाईल

34. इंडक्शन मोटर आहे

(a) शून्य टॉर्कसह स्वतः ची सुरुवात

(b) उच्च टॉर्कसह स्वतः ची सुरुवात

(c) <u>कमीटॉर्कसहस्वत: चीसुरुवात</u>

(d) नॉन-सेल्फ स्टार्टिंग

35. इंडक्शन मोटरमधील कमाल टॉर्क यावर अवलंबून असते

(a) वारंवारता

(b) रोटर प्रेरक अभिक्रिया

(c) पुरवठा व्होल्टेजचा वर्ग

(d) <u>वरीलसर्व</u>

36. थ्री-फेज स्क्विरल-केज इंडक्शन मोटर्समध्ये

(a) रोटर कंडक्टरचे टोक स्लिप रिंगमधून शॉर्ट सर्किट केलेले असतात

(b) <u>रोटरकंडक्टरएंडरिंग्समधूनशॉर्टसर्किटकेलेलेअसतात</u>

(c) रोटर कंडक्टर उघडे ठेवले जातात

(d) रोटर कंडक्टर इन्सुलेशनशी जोडलेले आहेत

37. थ्री-फेज इंडक्शन मोटरमध्ये, रोटर विंडिंगमधील खांबांची संख्या नेहमीच असते

(a) शून्य

(b) स्टेटरमधील खांबांच्या संख्येपेक्षा जास्त

(c) स्टेटरमधील खांबांच्या संख्येपेक्षा कमी

(d) <u>स्टेटरमधीलखांबांच्यासंख्येइतके</u>

38. इंडक्शन मोटर्सची DOL सुरू करणे सहसा मर्यादित असते

(a) <u>कमीअश्वशक्तीमोटर्स</u>

(b) व्हेरिएबल स्पीड मोटर्स

(c) उच्च अश्वशक्ती मोटर्स

(d) हाय स्पीड मोटर्स

39. गिलहरी-पिंजरा इंडक्शन मोटरचा वेग सर्व द्वारे नियंत्रित केला जाऊ शकतो वगळता खालील

(a) पुरवठा वारंवारता बदलणे

(b) खांबांची संख्या बदलणे

(c) <u>वळणाचाप्रतिकारबदलणे</u>

(d) पुरवठा व्होल्टेज कमी करणे

40. इंडक्शन मोटरमधील 'क्रॉलिंग' यामुळे होते

(a) जास्त भार

(6) कमी व्होल्टेज पुरवठा

(c) मशीनची अयोग्य रचना

(d) <u>मोटरमध्येहार्मोनिक्सविकसितझाले</u>

41. नो-लोड परिस्थितीत इंडक्शन मोटरचा पॉवर फॅक्टर असेल

च्या जवळ

(a) <u>0.2 मागेपडणे</u>

(b) 0.2 अग्रगण्य

(c) 0.5 अग्रगण्य

(d) ऐक्य

42. इंडक्शन मोटरचे 'कॉगिंग' टाळले जाऊ शकते

(a) योग्य वायुवीजन

(b) DOL स्टार्टर वापरणे

(c) ऑटो-ट्रान्सफॉर्मर स्टार्टर

(d) <u>रोटरस्लॉटचीसंख्यास्टेटरस्लॉटच्यासंख्येपेक्षाजास्तकिंवाकमीअसणे (समाननाही)</u>

43. रोटर ते स्टेटर स्लॉटच्या ठराविक गुणोत्तरासह इंडक्शन मोटर, सामान्य गतीच्या 1/7 वेगाने धावत असल्यास, घटनेला असे म्हटले जाईल

(a) गुणगुणणे

(b) शिकार

(c) <u>रेंगाळणे</u>

(d) कॉगिंग

44. इंडक्शन मोटरची स्लिप जेव्हा ऋण असते

(a) चुंबकीय क्षेत्र आणि रोटर विरुद्ध दिशेने फिरतात

(b) रोटरचा वेग फील्डच्या सिंक्रोनस वेगापेक्षा कमी आहे आणि त्याच दिशेने आहे

(c) <u>रोटरचावेगफील्डच्यासिंक्रोनसवेगापेक्षाजास्तआहेआणित्याचदिशेनेआहे</u>

(d) वरीलपैकी काहीही नाही

45. त्याच HP साठी कमी गतीच्या मोटरच्या तुलनेत हाय स्पीड मोटरचा आकार किती असेल

(a) मोठा

(b) <u>लहान</u>

(c) समान

(d) वरीलपैकी कोणतेही

46. 3-फेज इंडक्शन मोटर स्टेटर डेल्टा जोडलेली आहे, पूर्ण भार वाहते आहे आणि त्याचा एक फ्यूज बाहेर पडतो. मग मोटार

(a) <u>त्याचाएकटप्पाजळतचालूराहील</u>

(b) त्याचे दोन टप्पे जळत चालू राहील

(c) थांबेल आणि जड प्रवाह वाहून नेईल ज्यामुळे त्याच्या वळणांना कायमचे नुकसान होईल

(d) विंडिंगला कोणतीही हानी न होता धावणे सुरू राहील

47. जोडलेली 3-फेज इंडक्शन मोटर डेल्टा खूप जास्त भार वाहते आणि त्याचा एक फ्यूज बाहेर पडतो. मग मोटार

(a) त्याचा एक टप्पा जळत चालू राहील

(b) त्याचे दोन फेज जळत चालू राहील

(c) थांबेलआणिजडप्रवाहवाहूननेईलज्यामुळेत्याच्यावळणांनाकायमचेनुकसानहोईल

(d) विंडिंगला कोणतीही हानी न होता धावणे सुरू राहील

48. मोटर टर्मिनल्सवर कमी व्होल्टेजमुळे आहे

(a) अपुरी मोटर वायरिंग

(b) खराब नियमन केलेला वीजपुरवठा

(c) वरीलपैकीकोणतेहीएक

(d) वरीलपैकी काहीही नाही

49. इंडक्शन मोटरमध्ये स्टेटर स्लॉट आणि रोटर स्लॉट यांच्यातील संबंध असा असतो की

(a) स्टेटर स्लॉट रोटर स्लॉट्स प्रमाणे असतात

(b) स्टेटर स्लॉट हे रोटर स्लॉटचे अचूक मल्टिपल आहेत

(c) स्टेटरस्लॉटहेरोटरस्लॉटच्याअचूकगुणाकारनाहीत

(d) वरीलपैकी काहीही नाही

50. स्लिप रिंग मोटर जेथे शिफारस केली जाते

(a) वेग नियंत्रण आवश्यक आहे

(6) वारंवार सुरू करणे, थांबवणे आणि उलट करणे आवश्यक आहे

(c) उच्च प्रारंभिक टॉर्क आवश्यक आहे

(d) वरीलसर्ववैशिष्ट्येआवश्यकआहेत

51. इंडक्शन मोटरवरील भार जसजसा वाढत जातो

(a) त्याचा पॉवर फॅक्टर कमी होत जातो

(b) त्याचा पॉवर फॅक्टर स्थिर राहतो

(c) त्याचा पॉवर फॅक्टर पूर्ण लोड झाल्यानंतरही वाढतच जातो

(d) त्याचापॉवरफॅक्टरपूर्णलोडपर्यंतवाढतजातोआणिनंतरतोपुन्हापडतो

52. स्टेटरला 3-फेज सप्लाय दिल्यास आणि रोटर शॉर्ट सर्किट झाल्यास रोटर हलतो

(a) फिरणाऱ्या फील्डची दिशा विरुद्ध दिशेने

(b) शेताच्यादिशेच्यादिशेने

(c) पुरवठ्याच्या फेज स्क्वेन्सवर अवलंबून कोणत्याही दिशेने

53. इंडक्शन मोटरची लाईन स्टार्टिंग टाळणे आणि स्टार्टर वापरणे उचित आहे कारण

(a) ते उलट दिशेने धावेल

(b) तो खूप जास्त वेग घेईल आणि पायरीबाहेर जाऊ शकतो

(c) <u>मोटारपाचतेसातपटपूर्णलोडकरंटघेते</u>

(d) सुरू होणारा टॉर्क खूप जास्त आहे

54. इंडक्शन मोटरची गती वैशिष्ट्ये खालीलपैकी कोणत्या मशीनच्या स्पीडलोड वैशिष्ट्यांसारखी असतात

(a) DC मालिका मोटर

(b) <u>DC शंटमोटर</u>

(c) युनिव्हर्सल मोटर

(d) वरीलपैकी काहीही नाही

55. रोटर शाफ्टला आधार देण्यासाठी लहान इंडक्शन मोटर्समध्ये कोणत्या प्रकारचे बेअरिंग दिले जाते?

(a) <u>बॉलबेअरिंग</u>

(b) कास्ट आयर्न बेअरिंग

(c) बुश बेअरिंग्ज

(d) वरीलपैकी काहीही नाही

56. पंप इंडक्शन मोटर त्याच्या रेट केलेल्या व्होल्टेजपेक्षा 30% कमी पुरवठ्यावर स्विच केली जाते. पंप चालतो. शेवटी काय होईल? हे होईल

(a) काही वेळाने स्टॉल

(b) ताबडतोब थांबवा

(c) नुकसान न होता कमी वेगाने धावणे सुरू ठेवा

(d) <u>गरमहोणेआणिनंतरखराबहोणे</u>

57. 5 HP, 50-Hz, 3-फेज, 440 V, इंडक्शन मोटर्स खालील rpm साठी उपलब्ध आहेत कोणती मोटर सर्वात महाग असेल?

(a) 730 <u>rpm</u>

(b) 960 rpm

(c) 1440 rpm

(d) 2880 rpm

58. 3-फेज स्लिप रिंग मोटर आहे

(a) दुहेरी पिंजरा रोटर

(b) <u>घावरोटर</u>

(c) शॉर्ट-सर्किट रोटर

(d) वरीलपैकी कोणतेही

59. 3-फेज स्क्विरल पिंजरा इंडक्शन मोटरचा प्रारंभिक टॉर्क आहे

(a) पूर्ण लोड टॉर्कच्या दुप्पट

(b) <u>पूर्णलोडटॉर्कच्या 1.5 पट</u>

(c) पूर्ण लोड टॉर्कच्या समान

60. इंडक्शन मोटरवरील शॉर्ट-सर्किट चाचणी निर्धारित करण्यासाठी वापरली जाऊ शकत नाही

(a) वाऱ्यामुळेहोणारेनुकसान

(b) तांब्याचे नुकसान

(c) परिवर्तन गुणोत्तर

(d) वर्तुळ आकृतीचे पॉवर स्केल

61. थ्री-फेज इंडक्शन मोटरमध्ये

(a) रोटरच्या तुलनेत स्टेटरमधील लोखंडाचे नुकसान नगण्य असेल

(6) रोटरच्या तुलनेत मोटारमधील लोखंडाचे नुकसान नगण्य असेल

(c) स्टेटरमधील लोखंडाचे नुकसान रोटरच्या तुलनेत कमी असेल

(d) स्टेटरमधीललोखंडाचेनुकसानरोटरपेक्षाजास्तअसेल

62. 3-फेज इंडक्शन मोटर्सच्या बाबतीत, प्लगिंग म्हणजे

(a) स्टार्टरशिवाय मोटर थेट लाईनवर खेचणे

(b) हार्मोनिक्समुळे रोटरचे लॉकिंग

(c) रेट केलेल्या लोडपेक्षा जास्त लोडवर मोटर सुरू करणे

(d) जलदथांबण्यासाठीदोनपुरवठाटप्प्यांचीअदलाबदलकरणे

63. इंडक्शन मोटरसाठी वर्तुळ रेखाचित्र काढण्यासाठी खालीलपैकी कोणता डेटा आवश्यक आहे?

(a) फक्त रोटर चाचणी ब्लॉक करा

(b) केवळ लोड चाचणी नाही

(c) ब्लॉक रोटर चाचणी आणि नो-लोड चाचणी

(d) ब्लॉकरोटरचाचणी, नो-लोडचाचणीआणिस्टेटरप्रतिरोधचाचणी

64. थ्री-फेज इंडक्शन मोटर्समध्ये कधीकधी तांब्याच्या पट्ट्या रोटरमध्ये खोलवर ठेवल्या जातात

(a) सुरूहोणाराटॉर्कसुधारणे

(b) तांब्याचे नुकसान कमी करा

(c) कार्यक्षमता सुधारणे

(d) पॉवर फॅक्टर सुधारणे

65. थ्री-फेज इंडक्शन मोटरमध्ये

(a) सुरू असताना पॉवर फॅक्टर चालू असतानाच्या तुलनेत जास्त असतो

(b) चालूअसतानापॉवरफॅक्टरकमीआहे

(c) पॉवर फॅक्टर चालू असताना सारखाच सुरू होतो

66. इंडक्शन मोटरच्या ट्रान्सफॉर्मेशन रेशोचा vafcie द्वारे शोधला जाऊ शकतो

(a) फक्त ओपन-सर्किट चाचणी
(b) फक्तशॉर्ट-सर्किटचाचणी
(c) स्टेटर प्रतिकार चाचणी
(d) वरीलपैकी काहीही नाही

67. इंडक्शन मोटरच्या वर्तुळ आकृतीचे पॉवर स्केल यावरून आढळू शकते
(a) स्टेटर प्रतिकार चाचणी
(b) फक्त नो-लोड चाचणी
(c) फक्तशॉर्ट-सर्किटचाचणी
(d) वरील क्रमांक

68. इंडक्शन मोटरच्या टॉर्क/स्लिप वक्रचा आकार आहे
(a) पॅराबोला
(b) हायपरबोला
(c) आयताकृतीपॅराबोला
(d) सरळ रेषा

69. इंडक्शन मोटरला पुरवठा व्होल्टेजच्या 4% बदलामुळे अंदाजे बदल होईल
(a) रोटर टॉर्कमध्ये 4%
(b) रोटर टॉर्कमध्ये 8%
(c) रोटर टॉर्कमध्ये 12%
(d) रोटरटॉर्कमध्ये 16%

70. स्लिप रिंग इंडक्शन मोटरचा स्टेटिंग टॉर्क जोडून वाढवता येतो.
(a) रोटरला बाह्य इंडक्टन्स
(b) रोटरलाबाह्यप्रतिकार
(c) रोटरची बाह्य क्षमता
(d) रोटरला प्रतिरोध आणि इंडक्टन्स दोन्ही

71. 500 kW, 3-फेज, 440 व्होल्ट, 50 Hz, AC इंडक्शन मोटरचा पूर्ण लोडवर 960 rpm वेग असतो. मशीनमध्ये 6 पोल आहेत. मशीनची स्लिप असेल
(a) ०.०१
(b) ०.०२
(c) ०.०३
(d) ०.०४

72. इंड्युशन मोटरचे संपूर्ण वर्तुळ आकृतीच्या मदतीने काढता येते
वरून डेटा सापडला
(a) नोलोड चाचणी
(6) अवरोधित रोटर चाचणी

(c) स्टेटर प्रतिकार चाचणी

(d) वरीलसर्व

73. गिलहरी-पिंजरा इंडक्शन मोटरमध्ये रोटर स्लॉट्सला सामान्यतः थोडासा स्क्यू दिला जातो

(a) रोटरचीचुंबकीयहमीआणिलॉकिंगप्रवृत्तीकमीकरण्यासाठी

(b) रोटर बारची तन्य शक्ती वाढवणे

(c) सुलभ बनावटीची खात्री करण्यासाठी

(d) वरीलपैकी काहीही नाही

74. चालू स्थितीत इंडक्शन मोटरमधील रोटरचा टॉर्क कमाल असतो

(a) स्लिपच्या युनिट मूल्यावर

(b) स्लिपच्या शून्य मूल्यावर

(c) स्लिपच्यामूल्यावरजेप्रतिफेजरोटरप्रतिक्रियेलाप्रतिफेजप्रतिरोधाप्रमाणेकरते

(d) स्लिपच्या मूल्यावर जे रोटरची अभिक्रिया रोटरच्या अर्ध्या बनवते

75. स्टेटरचा फिरणारा प्रवाह आणि इंडक्शन मोटरच्या रोटरमधील सापेक्ष गती शून्य असल्यास काय होईल?

(a) मोटरची स्लिप 5% असेल

(b) रोटरचालणारनाही

(c) रोटर अतिशय वेगाने धावेल

(d) तयार होणारा टॉर्क खूप मोठा असेल

76. इंडक्शन मोटरसाठी वर्तुळ आकृती निर्धारित करण्यासाठी वापरली जाऊ शकत नाही

(a) कार्यक्षमता

(b) पॉवर फॅक्टर

(c) वारंवारता

(d) आउटपुट

77. इंडक्शन मोटर्सवर ब्लॉक केलेले रोटर चाचणी शोधण्यासाठी वापरली जाते

(a) गळती प्रतिक्रिया

(b) शॉर्ट सर्किटवर पॉवर फॅक्टर

(c) रेटेड व्होल्टेज अंतर्गत शॉर्ट-सर्किट प्रवाह

(d) वरीलसर्व

78. बॉल बेअरिंगसाठी वापरले जाणारे स्नेहक सामान्यतः असते

(a) ग्रेफाइट

(b) वंगण

(c) खनिज तेल

(d) मौल

79. इंडक्शन मोटर जेव्हा समकालिक वेगाने धावू शकते

(a) ते लोडवर चालवले जाते

(b) ते उलट दिशेने चालवले जाते

(c) हे रेट केलेल्या व्होल्टेजपेक्षा जास्त व्होल्टेजवर चालते

(d) रोटरसर्किटमध्येईएमएफइंजेक्टकेलेजाते

80. स्फोटक वायू असलेल्या खाणींमध्ये कोणती मोटर वापरण्यास प्राधान्य दिले जाते?

(a) एअरमोटर

(b) इंडक्शन मोटर

(c) DC शंट मोटर

(d) सिंक्रोनस मोटर

81. 3-फेज इंडक्शन मोटरने विकसित केलेला टॉर्क कमीतकमी अवलंबून असतो

(a) रोटर करंट

(b) रोटर पॉवर फॅक्टर

(c) रोटर emf

(d) शाफ्टव्यास

82. इंडक्शन मोटरमध्ये एअर-गॅप वाढल्यास

(a) पॉवरफॅक्टरकमीअसेल

(b) वाऱ्यामुळे होणारे नुकसान अधिक असेल

(c) बेअरिंग घर्षण कमी होईल

(d) इंडक्शन मोटरमध्ये तांब्याचे नुकसान कमी होईल

83. इंडक्शन मोटरमध्ये, टक्केवारी स्लिप अवलंबून असते

(a) पुरवठा वारंवारता

(b) पुरवठा व्होल्टेज

(c) मोटरमधीलतांब्याचेनुकसान

(d) वरीलपैकी काहीही नाही

85. दुहेरी पिंजरा इंडक्शन मोटरच्या बाबतीत, आतील पिंजरा असतो

(a) उच्चप्रेरणरखरखीतकमीप्रतिकार

(b) कमी प्रेरकता आणि उच्च प्रतिकार

(c) कमी प्रेरण आणि कमी प्रतिकार

(d) उच्च प्रेरण आणि उच्च प्रतिकार

86. इंडक्शन मोटरच्या कमी पॉवर फॅक्टरमुळे आहे

(a) रोटर गळती प्रतिक्रिया

(b) स्टेटर प्रतिक्रिया

(c) चुंबकीय प्रवाह निर्माण करण्यासाठी आवश्यक प्रतिक्रियाशील लॅगिंग मॅग्नेटायझिंग करंट

(d) वरीलसर्व

87. रोटर सर्किटमध्ये प्रतिक्रिया समाविष्ट करणे

(a) सुरुवातीचेटॉर्कतसेचकमालटॉर्ककमीकरते

(b) प्रारंभिक टॉर्क तसेच जास्तीत जास्त टॉर्क वाढवते

(c) सुरुवातीचे टॉर्क वाढवते परंतु कमाल-मम टॉर्क अपरिवर्तित राहतो

(d) सुरुवातीचा टॉर्क वाढवतो पण कमाल-मम टॉर्क कमी होतो

88. दिलेला टॉर्क विकसित करण्यासाठी इंडक्शन मोटरच्या रोटसीरमध्ये प्रतिकार समाविष्ट करणे

(a) रोटरचा प्रवाह कमी होतो

(b) रोटर प्रवाह वाढवते

(c) रोटर करंट शून्य होतो

(d) रोटरकरंटरेनेन्ससमान

89. उच्च जडत्व असलेल्या ड्रायव्हिंगसाठी इंडक्शन मोटरचा सर्वोत्तम प्रकार सुचवला आहे

(a) स्लिपरिंगप्रकार

(b) गिलहरी पिंजरा प्रकार

(c) वरीलपैकी कोणतेही

(d) वरीलपैकी काहीही नाही

90. तीन फेज इंडक्शन मोटरच्या स्टेटर विंडिंगचे तापमान आहे

द्वारे प्राप्त

(a) प्रतिकार वाढ पद्धत

(b) थर्मामीटर पद्धत

(c) एम्बेडेड तापमान पद्धत

(d) वरीलसर्वपद्धती

91. शॉर्ट-सर्किट गियर वापरण्याचा उद्देश आहे

(a) स्लिपरिंग्सवररोटरशॉर्टसर्किटकरण्यासाठी

(b) स्टार्टरमधील सुरुवातीच्या प्रतिकारांना शॉर्ट सर्किट करण्यासाठी

(c) तारा तयार करण्यासाठी मोटरच्या स्टेटर फेजला शॉर्ट सर्किट करणे

(d) वरीलपैकी काहीही नाही

92. एक गिलहरी पिंजरा मोटर मध्ये प्रेरित emf आहे

(a) शाफ्ट लोडिंगवर अवलंबून

(b) स्लॉटच्या संख्येवर अवलंबून

(c) <u>रोटरमध्येस्लिपवेळास्टँडस्थिर emf प्रेरित</u>
(d) वरीलपैकी काहीही नाही
93. बाबतीत कमी देखभाल समस्या अनुभवल्या जातात
(a) स्लिप रिंग इंडक्शन मोटर
(b) <u>गिलहरीपिंजराइंडक्शनमोटर</u>
(c) दोन्ही (a) आणि (b)
(d) वरीलपैकी काहीही नाही
94. एक गिलहरी पिंजरा इंडक्शन मोटर निवडली जात नाही तेव्हा
(a) प्रारंभिक खर्च हा मुख्य विचार आहे
(b) देखभाल खर्च कमी ठेवावा
(c) <u>उच्चप्रारंभिकटॉर्कहामुख्यविचारआहे</u>
(d) वरील सर्व बाबींचा समावेश आहे
95. कमी व्होल्टेज स्टार्टर सह वापरले जाऊ शकते
(a) स्लिप रिंग मोटर फक्त पण गिलहरी पिंजरा इंडक्शन मोटरसह नाही
(b) स्क्विरल केज इंडक्शन मोटर फक्त पण स्लिप रिंग मोटरसह नाही
(c) <u>गिलहरीपिंजरातसेचस्लिपरिंगइंडक्शनमोटर</u>
(d) वरीलपैकी काहीही नाही
96. स्लिप रिंग मोटरला गिलहरी पिंजरा इंडक्शन मोटरपेक्षा प्राधान्य दिले जाते जेथे
(a) <u>उच्चप्रारंभिकटॉर्कआवश्यकआहे</u>
(b) लोड टॉर्क हेवी आहे
(c) हेवी पुल आउट टॉर्क आवश्यक आहे
(d) वरील सर्व
97. इंडक्शन मोटरच्या स्टार-डेल्टा स्टार्टरमध्ये
(a) स्टेटरमध्ये रेझिस्टन्स घातला जातो
(b) कमी व्होल्टेज स्टेटरला लागू केले जाते
(c) रोटरमध्ये रेझिस्टन्स घातला जातो
(d) <u>लागूकेलेलाव्होल्टेजपर्लस्टेटरफेजलाइनव्होल्टेजच्या 57.7% आहे</u>
98. इंडक्शन मोटरचा टॉर्क आहे
(a) <u>स्लिपच्याथेटप्रमाणात</u>
(b) स्लिपच्या व्यस्त प्रमाणात
(c) स्लिपच्या चौरसाच्या प्रमाणात
(d) वरीलपैकी काहीही नाही
99. इंडक्शन मोटरचा रोटर येथे चालतो
(a) समकालिक गती

(b) समकालिकगतीखाली
(c) समकालिक गती वरील
(d) वरीलपैकी कोणतेही

100. थ्री फेज इंडक्शन मोटरचा स्टार्टिंग टॉर्क ने वाढवता येतो
(a) वाढती स्लिप
(b) वाढती प्रवाह
(c) दोन्ही (a) आणि (b)
(d) वरीलपैकी काहीही नाही

1. खालीलपैकी कोणते ट्रान्सफॉर्मर बदलत नाही?
(a) वर्तमान
(b) व्होल्टेज
(c) वारंवारता
(d) वरील सर्व

2. ट्रान्सफॉर्मरमध्ये ऊर्जा प्राथमिक ते दुय्यम पर्यंत पोहोचविली जाते
(a) कूलिंग कॉइलद्वारे
(b) हवेद्वारे
(c) प्रवाहाने
(d) वरीलपैकी काहीही नाही

3. एक ट्रान्सफॉर्मर कोर लॅमिनेटेड आहे
(a) हिस्टेरेसिसचे नुकसान कमी करा
(b) एडीवर्तमाननुकसानकमीकरा
(c) तांब्याचे नुकसान कमी करा
(d) वरील सर्व नुकसान कमी करा

4. ट्रान्सफॉर्मरच्या लॅमिनेशनद्वारे तयार केलेल्या यांत्रिक कंपनांची डिग्री यावर अवलंबून असते
(a) क्लॅम्पिंगची घट्टपणा
(b) लॅमिनेशनचे गेज
(c) लॅमिनेशनचा आकार
(d) वरीलसर्व

5. ट्रान्सफॉर्मरने काढलेला नो-लोड करंट सामान्यतः पूर्ण लोड करंटच्या किती टक्के असतो?
(a) 0.2 ते 0.5 टक्के
(b) 2 ते 5 टक्के
(c) 12 ते 15 टक्के

(d) 20 ते 30 टक्के

6. ट्रान्सफॉर्मरमध्ये चुंबकीय प्रवाहाचा मार्ग असावा

(a) उच्च प्रतिकार

(b) उच्च अनिच्छा

(c) कमी प्रतिकार

(d) कमीअनिच्छा

7. ट्रान्सफॉर्मरवर नो-लोड निश्चित करण्यासाठी चालते

(a) तांब्याचे नुकसान

(b) चुंबकीय प्रवाह

(c) चुंबकीयप्रवाहआणितोटा

(d) ट्रान्सफॉर्मरची कार्यक्षमता

8. ट्रान्सफॉर्मर ऑइलची डायलेक्ट्रिक ताकद असणे अपेक्षित आहे

(a) lkV

(b) 33 kV

(c) 100 kV

(d) 330 kV

9. निर्धारित करण्यासाठी ट्रान्स-फॉर्मर्सवर सम्पनरची चाचणी घेतली जाते

(a) तापमान

(b) भटके नुकसान

(c) दिवसभर कार्यक्षमता

(d) वरीलपैकी काहीही नाही

10. कोल्ड रोल्ड ग्रेन ओरिएंटेड स्टीलच्या बाबतीत परवानगीयोग्य फ्लक्स घनता जवळपास असते

(a) 1.7 Wb/m2

(b) 2.7 Wb/m2

(c) 3.7 Wb/m2

(d) 4.7 Wb/m2

11. ट्रान्सफॉर्मरची कार्यक्षमता तेव्हा जास्तीत जास्त असेल

(a) तांब्याचे नुकसान = हिस्टेरेसिसचे नुकसान

(b) हिस्टेरेसिस नुकसान = एडी वर्तमान नुकसान

(c) eddy current losses = तांब्याचे नुकसान

(d) तांब्याचेनुकसान = लोखंडाचेनुकसान

12. ट्रान्सफॉर्मरमध्ये नो-लोड करंट

(a) व्होल्टेजपेक्षासुमारे 75° मागेआहे

(b) व्होल्टेजला सुमारे 75° ने पुढे नेतो

(c) व्होल्टेजपेक्षा सुमारे 15° मागे आहे

(d) व्होल्टेजला सुमारे 15° ने नेतात

13. ट्रान्सफॉर्मरमध्ये लोखंडी कोर प्रदान करण्याचा उद्देश आहे

(a) विंडिंगला आधार द्या

(b) हिस्टेरेसिसचे नुकसान कमी करा

(c) चुंबकीयमार्गाचीअनिच्छाकमीकरा

(d) एडी वर्तमान नुकसान कमी करा

14. खालीलपैकी कोणता ट्रान्सफॉर्मर इंस्टॉलेशनचा भाग नाही?

(a) संरक्षक

(b) श्वास

(c) बुचोल्झ रिले

(d) उत्तेजक

15. ट्रान्सफॉर्मरवर शॉर्ट सर्किट चाचणी घेत असताना खालील बाजू शॉर्ट सर्किट झाली आहे

(a) उच्च व्होल्टेज बाजू

(b) कमीव्होल्टेजबाजू

(c) प्राथमिक बाजू

(d) दुय्यम बाजू

16. ट्रान्सफॉर्मरमध्ये खालील वळणांना अधिक क्रॉस-सेक्शनल क्षेत्र मिळाले आहे

(a) कमीव्होल्टेजवळण

(b) उच्च व्होल्टेज वळण

(c) प्राथमिक वळण

(d) दुय्यम वळण

17. ट्रान्सफॉर्मर बदलतो

(a) व्होल्टेज

(b) वर्तमान

(c) शक्ती

(d) वारंवारता

18. ट्रान्सफॉर्मर डीसी पुरवठ्याचे व्होल्टेज वाढवू किंवा कमी करू शकत नाही कारण

(a) DC व्होल्टेज बदलण्याची गरज नाही

(b) DC सर्किटचे जास्त नुकसान होते

(c) फॅराडेचेइलेक्ट्रोमॅग्नेटिकइंडक्शनचेनियमवैधनाहीतकारणप्रवाहबदलण्याचादरशून्यआहे

(d) वरीलपैकी काहीही नाही

19. ट्रान्सफॉर्मरचे प्राथमिक वळण
(a) नेहमी कमी व्होल्टेज विंडिंग असते
(b) नेहमी उच्च व्होल्टेज विंडिंग असते
(c) <u>एकतरकमीव्होल्टेजकिंवाउच्चव्होल्टेजवळणअसूशकते</u>
(d) वरीलपैकी काहीही नाही
20. ट्रान्सफॉर्मरमध्ये कोणत्या वळणाला जास्त वळणे आहेत?
(a) कमी व्होल्टेज वळण
(b) <u>उच्चव्होल्टेजवळण</u>
(c) प्राथमिक वळण
(d) दुय्यम वळण
21. पॉवर ट्रान्सफॉर्मरची कार्यक्षमता क्रमाने असते
(a) 100 टक्के
(b) <u>98 टक्के</u>
(c) 50 टक्के
(d) 25 टक्के
22. दिलेल्या लागू व्होल्टेजसाठी दिलेल्या ट्रान्सफॉर्मरमध्ये, लोड बदलांची पर्वा न करता स्थिर राहणारे नुकसान
(a) घर्षण आणि वाऱ्याचे नुकसान
(b) तांब्याचे नुकसान
(c) <u>हिस्टेरेसिसआणिएडीवर्तमाननुकसान</u>
(d) वरीलपैकी काहीही नाही
23. पॉवर ट्रान्सफॉर्मर थंड करण्याची एक सामान्य पद्धत आहे
(a) नैसर्गिक हवा थंड करणे
(b) एअर ब्लास्ट कूलिंग
(c) <u>तेलथंडकरणे</u>
(d) वरीलपैकी कोणतेही
24. ट्रान्सफॉर्मरमधील कोणतेही लोड करंट लागू व्होल्टेजपेक्षा सुमारे कोनाने मागे राहत नाही
(a) 180°
(b) 120″
(c) 90°
(d) <u>75°</u>
25. ट्रान्सफॉर्मरमध्ये नियमित कार्यक्षमता अवलंबून असते
(a) पुरवठा वारंवारता
(b) लोड करंट

(c) लोडचा पॉवर फॅक्टर
(d) दोन्ही (b) आणि (c)
26. ट्रान्सफॉर्मरमध्ये संरक्षकाचे कार्य आहे
(a) ट्रान्सफॉर्मर थंड करण्यासाठी ताजी हवा द्या
(b) गरजेच्या वेळी ट्रान्सफॉर्मरला थंड तेलाचा पुरवठा करा
(c) गरमझाल्यामुळेतेलखर्चझाल्यावरट्रान्सफॉर्मरचेनुकसानहोण्यापासूनसंरक्षणकरा
(d) वरीलपैकी काहीही नाही
27. च्या रेटिंग पर्यंत ट्रान्सफॉर्मरसाठी नैसर्गिक तेल कूलिंग वापरले जाते
(a) 3000 kVA
(b) 1000 kVA
(c) 500 kVA
(d) 250 kVA
28. पॉवर ट्रान्सफॉर्मर जास्तीत जास्त कार्यक्षमतेसाठी डिझाइन केलेले आहेत
(a) जवळजवळपूर्णभार
(b) 70% पूर्ण भार
(c) 50% पूर्ण भार
(d) भार नाही
29. वितरण ट्रान्सफॉर्मरची कमाल कार्यक्षमता आहे
(a) भार नसताना
(b) 50% पूर्णलोडवर
(c) 80% पूर्ण लोडवर
(d) पूर्ण भाराने
30. ट्रान्सफॉर्मर श्वास घेतो तेव्हा
(a) त्यावरचा भार वाढतो
(b) त्यावरचाभारकमीहोतो
(c) भार स्थिर राहतो
(d) वरीलपैकी काहीही नाही
31. ट्रान्सफॉर्मरला नो-लोड करंट असतो
(a) उच्च परिमाण आणि कमी उर्जा घटक आहे
(b) उच्च परिमाण आणि उच्च शक्ती घटक आहे
(c) लहान परिमाण आणि उच्च शक्ती घटक आहे
(d) लहानपरिमाणआणिकमीउर्जाघटकआहे
32. समीप कॉइल दरम्यान स्पेसर प्रदान केले जातात
(a) कूलिंगऑइललामोफतरस्तापुरवणे
(b) कॉइल एकमेकांपासून इन्सुलेट करण्यासाठी

(c) दोन्ही (a) आणि (b)

(d) वरीलपैकी काहीही नाही

33. दुय्यम गळती प्रवाह जास्त

(a) <u>दुय्यमप्रेरित emf कमीअसेल</u>

(b) कमी प्राथमिक प्रेरित emf असेल

(c) कमी प्राथमिक टर्मिनल व्होल्टेज असेल

(d) वरीलपैकी काहीही नाही

34. स्टेप-अप ट्रान्सफॉर्मरमध्ये लोह कोर प्रदान करण्याचा उद्‌देश आहे

(a) प्राथमिक आणि दुय्यम यांच्यातील कपलिंग प्रदान करणे

(b) परस्पर प्रवाहाची परिमाण वाढवण्यासाठी

(c) <u>मॅग-नेटायझिंगकरंटचीतीव्रताकमीकरण्यासाठी</u>

(d) वरील सर्व वैशिष्ट्ये प्रदान करणे

35. पॉवर ट्रान्सफॉर्मर एक स्थिर आहे

(a) व्होल्टेज उपकरण

(b) वर्तमान उपकरण

(c) पॉवर उपकरण

(d) <u>मुख्यप्रवाहसाधन</u>

36. समांतर चालणारे दोन ट्रान्सफॉर्मर त्यांच्यानुसार लोड सामायिक करतील

(a) गळती प्रतिक्रिया

(b) <u>प्रतियुनिटप्रतिबाधा</u>

(c) कार्यक्षमता

(d) रेटिंग

37. जर R2 हा ट्रान्सफॉर्मरच्या दुय्यम वळणाचा रेझिस्टन्स असेल आणि K हा ट्रान्सफॉर्मेशन रेशो असेल तर प्राथमिकला संदर्भित समतुल्य दुय्यम रेझिस्टन्स असेल.

(a) R2/VK

(b) <u>R2IK2</u>

(c) R22!K2

(d) R22/K

38. समांतर काम करणारे ट्रान्सफॉर्मर ध्रुवीयतेच्या संदर्भात जोडलेले नसल्यास काय होईल?

(a) दोन ट्रान्सफॉर्मरचा पॉवर फॅक्टर सामान्य लोडच्या पॉवर फॅक्टरपेक्षा वेगळा असेल

(b) <u>चुकीच्याध्रुवीयतेमुळेमृतशॉर्टसर्किटहोईल</u>

(c) ट्रान्सफॉर्मर त्यांच्या kVA रेटिंगच्या प्रमाणात लोड शेअर करणार नाहीत

(d) वरीलपैकी काहीही नाही

39. समांतर काम करणाऱ्या दोन ट्रान्सफॉर्मरची टक्केवारी प्रतिबाधा भिन्न असल्यास

(a) ट्रान्सफॉर्मर जास्त गरम केले जातील

(b) दोन्ही ट्रान्सफॉर्मरचे पॉवर फॅक्टर समान असतील

(c) समांतर ऑपरेशन शक्य होणार नाही

(d) समांतरऑपरेशनअजूनहीशक्यहोईल, परंतुदोनट्रान्सफॉर्मर ज्यापॉवरफॅक्टरवरचालताततेसामान्यलोडच्यापॉवरफॅक्टरपेक्षावेगळेअसतील.

40. ट्रान्सफॉर्मरमध्ये सामान्यतः टॅपिंग दिले जातात

(a) प्राथमिक बाजू

(b) दुय्यम बाजू

(c) कमीव्होल्टेजबाजू

(d) उच्च व्होल्टेज बाजू

41. ट्रान्सफॉर्मर डिझाइनमध्ये उच्च प्रवाह घनतेचा वापर

(a) प्रति kVA वजनकमीकरते

(6) लोहाचे नुकसान कमी करते

(c) तांब्याचे नुकसान कमी करते

(d) भाग लोड कार्यक्षमता वाढवते

42. ट्रान्सफॉर्मरसाठी ब्रीदरमध्ये वापरल्या जाणाऱ्या रसायनाचा दर्जा असावा

(a) आयनीकरण करणारी हवा

(b) ओलावाशोषूनघेणे

(c) ट्रान्सफॉर्मर तेल साफ करणे

(d) ट्रान्सफॉर्मर तेल थंड करणे.

43. श्वासामध्ये वापरले जाणारे रसायन आहे

(a) एस्बेस्टोस फायबर

(b) सिलिका वाळू

(c) सोडियम क्लोराईड

(d) सिलिकाजेल

45. ट्रान्सफॉर्मर रेटिंग सहसा संदर्भात व्यक्त केले जातात

(a) व्होल्ट

(b) अँपिअर

(c) kW

(d) kVA

46. चुंबकीय शक्तींनी सेट केलेल्या लॅमिनेशनच्या कंपनांमुळे होणाऱ्या आवाजाला असे म्हणतात.

(a) मॅग्नेटोस्ट्रिकेशन

(b) बू

(c) hum

(d) झूम

47. ट्रान्सफॉर्मरमधील हिस्टेरेसिस हानी CBmax = जास्तीत जास्त फ्लक्स घनता म्हणून बदलते)

(a) Bmax

(b) Bmax1-6

(C) Bmax1-83

(d) B कमाल

48. ट्रान्सफॉर्मर कोरच्या बांधकामासाठी वापरलेली सामग्री सामान्यतः आहे

(a) लाकूड

(b) तांबे

(c) ॲल्युमिनियम

(d) सिलिकॉनस्टील

49. ट्रान्सफॉर्मरमध्ये वापरल्या जाणाऱ्या लॅमिनेशनची जाडी सामान्यतः असते

(a) 0.4 मिमीते 0.5 मिमी

(b) 4 मिमी ते 5 मिमी

(c) 14 मिमी ते 15 मिमी

(d) 25 मिमी ते 40 मिमी

50. ट्रान्सफॉर्मरमधील संरक्षकाचे कार्य आहे

(a) अंतर्गत दोषाविरुद्ध प्रक्षेपित करणे

(b) तांबे तसेच मुख्य नुकसान कमी करण्यासाठी

(c) ट्रान्सफॉर्मर तेल थंड करण्यासाठी

(d) सभोवतालच्यातापमानातीलफरकामुळेट्रान्सफॉर्मरतेलाचा विस्तारआणिआकुंचनयाचीकाळजीघेणे

51. भारतात विद्युत उर्जा प्रसारित करण्यासाठी सर्वात जास्त व्होल्टेज आहे

(a) 33 kV.

(6) 66 kV

(c) 132 kV

(d) 400 kV

52. ट्रान्सफॉर्मरमध्ये त्याच्या प्राथमिक आणि दुय्यम दरम्यानचा प्रतिकार असतो

(a) शून्य

(b) 1 ओम

(c) 1000 ohms

(d) अनंत

53. ट्रान्सफॉर्मर तेल मुक्त असणे आवश्यक आहे

(a) गाळ

(b) गंध

(c) वायू

(d) <u>ओलावा</u>

54. बुचहोल्झ रिले वर स्थापित केले जाऊ शकते

(a) ऑटो-ट्रान्सफॉर्मर

(b) एअर कूल्ड ट्रान्सफॉर्मर

(c) वेल्डिंग ट्रान्सफॉर्मर

(d) <u>तेलथंडकेलेलेट्रान्सफॉर्मर</u>

55. ट्रान्सफॉर्मर तेलाचे पृथक्करण झाल्यामुळे गॅस सामान्यतः तेलाचे तापमान ओलांडत नाही तोपर्यंत मुक्त होत नाही

(अ) ५०° से

(b) 80°C

(c) 100°C

(d) <u>150°C</u>

56. ट्रान्सफॉर्मरमध्ये हार्मोनिक्स तयार करण्याचे मुख्य कारण असू शकते

(a) चढउतार लोड

(b) खराब इन्सुलेशन

(c) यांत्रिक कंपने

(d) <u>गाभ्याचेसंपृक्तता</u>

57. डिस्ट्रिब्युशन ट्रान्सफॉर्मर साधारणपणे जास्तीत जास्त कार्यक्षमतेसाठी डिझाइन केलेले असतात

(a) 90% भार

(b) शून्य भार

(c) 25% भार

(d) <u>50% भार</u>

58. ट्रान्सफॉर्मर कोरसाठी सामग्रीमध्ये खालीलपैकी कोणता गुणधर्म आवश्यक नाही?

(a) यांत्रिक शक्ती

(6) कमी हिस्टेरेसिस नुकसान

(c) <u>उच्चथर्मलचालकता</u>

(d) उच्च पारगम्यता

59. स्टार/स्टार ट्रान्सफॉर्मर जेव्हा समाधानकारकपणे काम करतात

(a) भार केवळ असंतुलित आहे

(b) <u>लोडफक्तसंतुलितआहे</u>

(c) संतुलित तसेच असंतुलित भारांवर

(d) वरीलपैकी काहीही नाही

60. डेल्टा/स्टार ट्रान्सफॉर्मर जेव्हा समाधानकारकपणे काम करतो
(a) लोड फक्त संतुलित आहे
(b) भार केवळ असंतुलित आहे
(c) संतुलिततसेचअसंतुलितभारांवर
(d) वरीलपैकी काहीही नाही
61. Buchholz च्या रिले चेतावणी आणि संरक्षण देते
(a) ट्रान्सफॉर्मरमध्येचविद्युतदोष
(b) आउटगोइंग फीडरमधील ट्रान्सफॉर्मरच्या बाहेर विद्युत दोष
(c) बाहेरील आणि आतील दोषांसाठी
(d) वरीलपैकी काहीही नाही
62. ट्रान्सफॉर्मरचा चुंबकीय प्रवाह सहसा लहान असतो कारण त्यात असतो
(a) लहानहवेतीलअंतर
(b) मोठ्या गळतीचा प्रवाह
(c) लॅमिनेटेड सिलिकॉन स्टील कोर
(d) कमी फिरणारे भाग
63. सामान्य ट्रान्सफॉर्मरमध्ये खालीलपैकी कोणता बदल होत नाही?
(a) वारंवारता
(b) व्होल्टेज
(c) वर्तमान
(d) वरीलपैकी कोणतेही
64. ट्रान्सफॉर्मर कोरसाठी खालीलपैकी कोणते गुणधर्म आवश्यक नाही?
(a) कमी हिस्टेरेसिस नुकसान
(b) उच्च पारगम्यता
(c) उच्चथर्मलचालकता
(d) पुरेशी यांत्रिक शक्ती
65. ट्रान्सफॉर्मरमधील लीकेज फ्लक्स यावर अवलंबून असते
(a) लोडकरंट
(b) लोड करंट आणि व्होल्टेज
(c) लोड करंट, व्होल्टेज आणि वारंवारता
(d) लोड करंट, व्होल्टेज, वारंवारता आणि पॉवर फॅक्टर
66. ट्रान्सफॉर्मरमध्ये चुंबकीय प्रवाहाचा मार्ग असावा
(a) उच्च अनिच्छा
(b) कमीप्रतिक्रिया
(c) उच्च प्रतिकार

(d) कमी प्रतिकार

67. ट्रान्सफॉर्मरमधील आवाज पातळी चाचणी म्हणजे a

(a) विशेष चाचणी

(b) नियमित चाचणी

(c) <u>प्रकारचाचणी</u>

(d) वरीलपैकी काहीही नाही

68. खालीलपैकी कोणती ट्रान्सफॉर्मरची नियमित चाचणी नाही?

(a) कोर इन्सुलेशन व्होल्टेज चाचणी

(b) प्रतिबाधा चाचणी

(c) <u>रेडिओहस्तक्षेपचाचणी</u>

(d) ध्रुवीयता चाचणी

69. ट्रान्सफॉर्मरमध्ये शून्य व्होल्टेजचे नियमन असू शकते

(a) <u>अग्रगण्यशक्तीघटक</u>

(b) लॅगिंग पॉवर फॅक्टर

(c) युनिटी पॉवर फॅक्टर

(d) शून्य उर्जा घटक

70. हेलिकल कॉइलचा वापर केला जाऊ शकतो

(a) <u>उच्च kVA ट्रान्सफॉर्मरचीकमीव्होल्टेजबाजू</u>

(b) उच्च वारंवारता ट्रान्सफॉर्मर

(c) लहान क्षमतेच्या ट्रान्सफॉर्मरची उच्च व्होल्टेज बाजू

(d) उच्च kVA रेटिंग ट्रान्सफॉर्मरची उच्च व्होल्टेज बाजू

1. अर्धसंवाहक .... बंधांनी तयार होतो.

अ] <u>सहसंयोजक</u>

ब] इलेक्ट्रोव्हॅलेंट

क] समन्वय

ड] वरीलपैकी काहीही नाही

2. सेमीकंडक्टरमध्ये .... तापमानाचा प्रतिकार गुणांक असतो.

अ] सकारात्मक

ब] शून्य

क] <u>नकारात्मक</u>

ड] वरीलपैकी काहीही नाही

3. सर्वात जास्त वापरले जाणारे सेमीकंडक्टर म्हणजे ....

अ] जर्मेनियम

ब] <u>सिलिकॉन</u>

क] कार्बन

ड] सल्फर

6. शुद्ध सिलिकॉनची प्रतिरोधकता .... आहे.

A] 100 O सेमी

B] <u>6000 O सेमी</u>

क] 3 x 105 O मी

D] 6 x 10-8 O सेमी

7. जेव्हा शुद्ध अर्धसंवाहक गरम केले जाते तेव्हा त्याचा प्रतिकार ....

अ] वर जातो

ब] <u>खालीजातो</u>

क] तसाच राहतो

ड] सांगता येत नाही

8. अर्धसंवाहक क्रिस्टलची ताकद .... पासून येते.

अ] केंद्रकांमधील बल

ब] प्रोटॉनमधील बल

C] <u>इलेक्ट्रॉन-जोडीबंध</u>

ड] वरीलपैकी काहीही नाही

9. शुद्ध अर्धसंवाहकामध्ये पेंटाव्हॅलेंट अशुद्धता जोडली जाते तेव्हा ती .... बनते.

अ] एक इन्सुलेटर

ब] एक आंतरिक अर्धसंवाहक

C] p-प्रकार अर्धसंवाहक

ड] <u>n-प्रकारअर्धसंवाहक</u>

10. सेमीकंडक्टरमध्ये पेंटाव्हॅलेंट अशुद्धता जोडल्याने अनेक ....

अ] <u>मुक्तइलेक्ट्रॉन</u>

ब] छिद्र

क] व्हॅलेन्स इलेक्ट्रॉन्स

ड] बद्ध इलेक्ट्रॉन

11. पेंटाव्हॅलेंट अशुद्धता .... व्हॅलेन्स इलेक्ट्रॉन्स

अ] ३५

ब] <u>४</u>

क] ६

12. एन-टाइप सेमीकंडक्टर .... आहे.

अ] सकारात्मक शुल्क आकारले जाते

ब] नकारात्मक शुल्क आकारले जाते

C] विद्युतदृष्ट्यातटस्थ

ड] वरीलपैकी काहीही नाही

14. सेमीकंडक्टरमध्ये त्रिसंयोजक अशुद्धता जोडल्याने अनेक ....

अ] छिद्र

ब] मुक्त इलेक्ट्रॉन

क] व्हॅलेन्स इलेक्ट्रॉन्स

ड] बद्ध इलेक्ट्रॉन

15. सेमीकंडक्टरमधील छिद्राची व्याख्या .... अशी केली जाते.

अ] एक मुक्त इलेक्ट्रॉन

ब] इलेक्ट्रॉनजोडीबाँडचाअपूर्णभाग

C] एक मुक्त प्रोटॉन

ड] एक मुक्त न्यूट्रॉन

16. बाह्य सेमीकंडक्टरमधील अशुद्धता पातळी ही शुद्ध अर्धसंवाहकाची असते.

अ] 108 अणूंसाठी 10 अणू

ब] 108 अणूंसाठी 1 अणू

C] 104 अणूंसाठी 1 अणू

ड] 100 अणूंसाठी 1 अणू

17. शुद्ध सेमीकंडक्टरचे डोपिंग जसजसे वाढते तसतसे सेमीकंडक्टरचा मोठ्या प्रमाणात प्रतिकार ....

अ] तसाच राहतो

ब] वाढते

क] कमीहोते

ड] वरीलपैकी काहीही नाही

18. एक भोक आणि इलेक्ट्रॉन जवळ असतात ....

अ] एकमेकांना दूर सारणे

ब] एकमेकांनाआकर्षितकरा

क] एकमेकांवर कोणताही परिणाम होत नाही

ड] वरीलपैकी काहीही नाही

19. सेमीकंडक्टरमध्ये विद्युत प्रवाह ....मुळे होतो.

अ] फक्त छिद्र

ब] फक्त मुक्त इलेक्ट्रॉन

क] छिद्रआणिमुक्तइलेक्ट्रॉन

ड] वरीलपैकी काहीही नाही

20. थर्मल आंदोलनामुळे छिद्रे आणि मुक्त इलेक्ट्रॉन्सच्या यादृच्छिक हालचालीला .... म्हणतात.

अ] <u>प्रसार</u>

ब] दाब

क] आयनीकरण

ड] वरीलपैकी काहीही नाही

21. फॉरवर्ड बायस्ड pn जंक्शन डायोडचा क्रमाचा प्रतिकार असतो

अ] <u>ठीकआहे</u>

ब] ओ

क] मो

ड] वरीलपैकी काहीही नाही

22. pn जंक्शनला बायस फॉरवर्ड करण्यासाठी आवश्यक बॅटरी कनेक्शन्स आहेत ......

A] <u>+ve टर्मिनलते p आणि -ve टर्मिनलते n</u>

B] -ve टर्मिनल ते p आणि +ve टर्मिनल ते n

C] -ve टर्मिनल ते p आणि -ve टर्मिनल ते n

ड] वरीलपैकी काहीही नाही

23. जर्मेनियमसाठी pn जंक्शनवरील बॅरियर व्होल्टेज सुमारे .... आहे.

अ] 5 व्ही

ब] 3 व्ही

क] शून्य

ड] <u>3 व्ही</u>

24. pn जंक्शनच्या क्षीणतेच्या प्रदेशात .... ची कमतरता आहे.

अ] स्वीकारणारा आयन

ब] <u>छिद्रआणिइलेक्ट्रॉन</u>

क] दाता आयन

ड] वरीलपैकी काहीही नाही

25. रिव्हर्स बायस pn जंक्शनमध्ये .... आहे

अ] अरुंद क्षीण थर

ब] <u>जवळजवळवर्तमाननाही</u>

C] अत्यंत कमी प्रतिकार

ड] मोठा विद्युत प्रवाह

26. A pn जंक्शन .... म्हणून कार्य करते.

अ] नियंत्रित स्विच

ब] द्विदिशात्मक स्विच

सी] युनिडायरेक्शनलस्विच
ड] वरीलपैकी काहीही नाही
27. रिव्हर्स बायस्ड pn जंक्शनला च्या ऑर्डरचा प्रतिकार असतो
ठीक आहे
ब] ओ
क] मो
ड] वरीलपैकी काहीही नाही
28. pn जंक्शन ओलांडून गळती करंट ....मुळे आहे.
अ] अल्पसंख्याकवाहक
ब] बहुसंख्य वाहक
क] जंक्शन कॅपेसिटन्स
ड] वरीलपैकी काहीही नाही
29. बाह्य अर्धसंवाहकाचे तापमान वाढल्यावर त्याचा स्पष्ट परिणाम होतो...
अ] जंक्शन कॅपेसिटन्स
ब] अल्पसंख्याकवाहक
क] बहुसंख्य वाहक
ड] वरीलपैकी काहीही नाही
30. पीएन जंक्शनला फॉरवर्ड बायससह, डिप्लेशन लेयरची रुंदी ....
अ] कमीहोते
ब] वाढते
क] तसाच राहतो
ड] वरीलपैकी काहीही नाही
31. पीएन जंक्शनमधील गळती करंट क्रमाने आहे
अ] आ
ब] mA
क] का
D] µA
32. आंतरिक सेमीकंडक्टरमध्ये मुक्त इलेक्ट्रॉनची संख्या ....
अ] छिद्रांचीसंख्यासमानआहे
ब] छिद्रांच्या संख्येपेक्षा जास्त आहे
क] छिद्रांच्या संख्येपेक्षा कमी आहे
ड] वरीलपैकी काहीही नाही
33. खोलीच्या तपमानावर, एक आंतरिक अर्धसंवाहक .... असतो.
अ] अनेक छिद्रे फक्त

ब] काहीमुक्तइलेक्ट्रॉनआणिछिद्रे

C] अनेक मुक्त इलेक्ट्रॉन फक्त

ड] छिद्र किंवा मुक्त इलेक्ट्रॉन नाहीत

34. निरपेक्ष तपमानावर, एक आंतरिक अर्धसंवाहक .... असतो.

अ] काही मुक्त इलेक्ट्रॉन

ब] अनेक छिद्रे

C] अनेक मुक्त इलेक्ट्रॉन

ड] छिद्रकिंवामुक्तइलेक्ट्रॉननाहीत

35. खोलीच्या तपमानावर, एक आंतरिक सिलिकॉन क्रिस्टल अंदाजे ...... म्हणून कार्य करते.

अ] एक बॅटरी

ब] एक कंडक्टर

क] एकविद्युतरोधक

ड] तांब्याच्या ताराचा तुकडा

1. क्रिस्टल डायोडमध्ये .... असतो

एक pn जंक्शन

दोन pn जंक्शन

तीन pn जंक्शन

वरीलपैकी काहीही नाही

ANS: १

2. क्रिस्टल डायोडला .... च्या क्रमाने फॉरवर्ड रेझिस्टन्स असतो

kΩ

Ω

MΩ

वरीलपैकी काहीही नाही

ANS: २

3. जर क्रिस्टल डायोड चिन्हाचा बाण धनात्मक wrt बार असेल तर डायोड .... पक्षपाती आहे.

पुढे

उलट

एकतर पुढे किंवा उलट

वरीलपैकी काहीही नाही

ANS: १

सेमीकंडक्टर डायोड

प्रश्न आणि उत्तरे pdf

4. डायोडमधील रिव्हर्स करंट .... च्या क्रमाने असतो.

kA

mA

μA

ए

ANS: ३

5. सिलिकॉन डायोडमध्ये फॉरवर्ड व्होल्टेज ड्रॉप आहे

बद्दल ....

2.5 व्ही

3 व्ही

10 व्ही

0.7 व्ही

ANS: ४

6. क्रिस्टल डायोडचा वापर .... म्हणून केला जातो.

एक ॲम्प्लीफायर

एक दुरुस्त करणारा

एक ऑसिलेटर

व्होल्टेज रेग्युलेटर

ANS: २

7. क्रिस्टल डायोडचा dc रेझिस्टन्स .... त्याचा ac रेझिस्टन्स आहे

च्या समान

पेक्षा जास्त

च्या पेक्षा कमी

वरीलपैकी काहीही नाही

ANS: ३

8. एक आदर्श क्रिस्टल डायोड हा एक परिपूर्ण आहे जो ....

जेव्हा फॉरवर्ड पक्षपाती.

कंडक्टर

इन्सुलेटर

प्रतिरोधक साहित्य

वरीलपैकी काहीही नाही

ANS: १

9. रिव्हर्स रेझिस्टन्स आणि फॉरवर्ड रेझिस्टन्स चे गुणोत्तर a

जर्मेनियम क्रिस्टल डायोड सुमारे ....

१ : १

१०० : १

१००० : १

४०,००० : १

ANS: ४

10. क्रिस्टल डायोडमध्ये गळती करण्याचे कारण ....

अल्पसंख्याक वाहक

बहुसंख्य वाहक

जंक्शन कॅपेसिटन्स

वरीलपैकी काहीही नाही

ANS: १

11. जर क्रिस्टल डायोडचे तापमान वाढते, तर गळती होते
वर्तमान ....

तसेच राहते

कमी होते

वाढते

शून्य होते

ANS: ३

12. क्रिस्टल डायोडचे PIV रेटिंग .... समतुल्य आहे.

व्हॅक्यूम डायोड

च्या समान

पेक्षा कमी

पेक्षा जास्त

वरीलपैकी काहीही नाही

ANS: २

13. जर क्रिस्टल डायोडची डोपिंग पातळी वाढली तर ब्रेकडाउन
विद्युतदाब.............

तसेच राहते

वाढले आहे

कमी झाले आहे

वरीलपैकी काहीही नाही

ANS: ३

14. क्रिस्टल डायोडचा गुडघा व्होल्टेज अंदाजे समान आहे

ते ....
लागू व्होल्टेज
ब्रेकडाउन व्होल्टेज
अग्रेषित विद्‌युतदाब
अडथळा क्षमता
ANS: ४
15. जेव्हा विद्‌युत प्रवाह आणि व्होल्टेज दरम्यानचा आलेख अ
साधन ही सरळ रेषा आहे, यंत्रास .... असे संबोधले जाते.
रेखीय
सक्रिय
अरेखीय
निष्क्रिय
ANS: १
16. जेव्हा क्रिस्टल करंट डायोड करंट मोठा असतो तेव्हा बायस .... असतो.
पुढे
व्यस्त
गरीब
उलट
ANS: १
17. क्रिस्टल डायोड हे .... उपकरण आहे
नॉन-रेखीय
द्विपक्षीय
रेखीय
वरीलपैकी काहीही नाही
ANS: १
18. एक क्रिस्टल डायोड .... सुधारणेसाठी वैशिष्ट्यपूर्ण वापरतो
उलट
पुढे
पुढे किंवा उलट
वरीलपैकी काहीही नाही
ANS: २
19. जेव्हा क्रिस्टल डायोड एक रेक्टिफायर म्हणून वापरला जातो, तेव्हा सर्वात महत्वाचे
विचार आहे ....
फॉरवर्ड वैशिष्ट्य

डोपिंग पातळी
उलट वैशिष्ट्य
PIC रेटिंग
ANS: ४

20. जर क्रिस्टल डायोडमध्ये डोपिंग पातळी वाढली असेल, तर रुंदी क्षीणता थर...........
तसेच राहते
कमी झाले आहे
मध्ये वाढ झाली आहे
वरीलपैकी काहीही नाही
ANS: ३

21. झेनर डायोडमध्ये .... असते.
एक pn जंक्शन
दोन pn जंक्शन
तीन pn जंक्शन
वरीलपैकी काहीही नाही
ANS: १

22. झेनर डायोड .... म्हणून वापरला जातो.
एक ॲम्प्लीफायर
व्होल्टेज रेग्युलेटर
एक दुरुस्त करणारा
एक मल्टीव्हायब्रेटर
ANS: २

23. जेनर डायोडमधील डोपिंग पातळी क्रिस्टल डायोडची असते.
च्या समान
च्या पेक्षा कमी
पेक्षा जास्त
वरीलपैकी काहीही नाही
ANS: ३

24. झेनर डायोड नेहमी .... जोडलेला असतो.
उलट
पुढे
एकतर उलट किंवा पुढे
वरीलपैकी काहीही नाही

ANS: १

25. झेनर डायोड त्याच्या ऑपरेशनसाठी .... वैशिष्ट्ये वापरतो.

पुढे

उलट

पुढे आणि उलट दोन्ही

वरीलपैकी काहीही नाही

ANS: २

26. ब्रेकडाउन प्रदेशात, एक झेनर डिडो .... सारखे वागतो.

स्रोत

स्थिर व्होल्टेज

सतत प्रवाह

सतत प्रतिकार

वरीलपैकी काहीही नाही

ANS: १

27. जर झेनर डायोड नष्ट झाला तर तो ....

फॉरवर्ड पक्षपाती आहे

उलट पक्षपाती आहे

रेट केलेल्या वर्तमानापेक्षा जास्त वाहक

वरीलपैकी काहीही नाही

ANS: ३

28. झेनर सर्किटमध्ये मालिका प्रतिरोधक .... शी जोडलेले आहे.

योग्यरित्या पूर्वाग्रह zener उलट करा

झेनर संरक्षित करा

योग्यरित्या पूर्वाग्रह zener पुढे

वरीलपैकी काहीही नाही

ANS: २

29. झेनर डायोड .... आहे. साधन

एक नॉन-रेखीय

एक रेखीय

एक प्रवर्धक

वरीलपैकी काहीही नाही

ANS: १

30. झेनर डायोडमध्ये .... ब्रेकडाउन व्होल्टेज असते

अपरिभाषित

तीक्ष्ण
शून्य
वरीलपैकी काहीही नाही
ANS: २
31. .... रेक्टिफायरकडे सर्वात कमी फॉरवर्ड प्रतिरोध आहे
घन स्थिती
व्हॅक्यूम ट्यूब
गॅस ट्यूब
वरीलपैकी काहीही नाही
ANS: १
32. मेन एसी पॉवरचे dc पॉवरमध्ये रूपांतर .... साठी होते.
प्रकाश उद्देश
हीटर्स
इलेक्ट्रॉनिक उपकरणांमध्ये वापरणे
वरीलपैकी काहीही नाही
ANS: ३
33. हाफ-वेव्ह रेक्टिफायरचा तोटा म्हणजे ....
घटक महाग आहेत
डायोड्समध्ये उच्च पॉवर रेटिंग असणे आवश्यक आहे
आउटपुट फिल्टर करणे कठीण आहे
वरीलपैकी काहीही नाही
ANS: ३
34. हाफ-वेव्ह रेक्टिफायरला एसी इनपुट 400/√2 चे आरएमएस मूल्य असल्यास व्होल्ट, नंतर डायोड पीआयव्ही रेटिंग ....
400/√2 V
४०० व्ही
400 x √2 V
वरीलपैकी काहीही नाही
ANS: २
35. हाफ-वेव्ह रेक्टिफायरचा रिपल फॅक्टर .... आहे.
२१
.21
2.5
०.४८
ANS: ४

36. .... साठी ट्रान्सफॉर्मरची गरज आहे.
अर्ध-वेव्ह रेक्टिफायर
केंद्र-टॅप फुल-वेव्ह रेक्टिफायर
ब्रिज फुल-वेव्ह रेक्टिफायर
वरीलपैकी काहीही नाही
ANS: २

37. ब्रिज रेक्टिफायरमधील प्रत्येक डायोडचे PIV रेटिंग .... आहे
समतुल्य केंद्र-टॅप रेक्टिफायरचे
अर्धा भाग
च्या समान
दोनदा
चार वेळा
ANS: १

38. समान दुय्यम व्होल्टेजसाठी, सेंटरटॅपमधून आउटपुट व्होल्टेज
ब्रिज रेक्टिफायर पेक्षा रेक्टिफायर .... आहे
दोनदा
तीनदा
चार वेळा
अर्धा भाग
ANS: ४

39. डायोडचे PIV रेटिंग ओलांडल्यास, ...
डायोड खराब चालते
डायोड नष्ट झाला आहे
डायोड जेनर डायोड प्रमाणे वागतो
वरीलपैकी काहीही नाही
ANS: २

40. 10 V वीज पुरवठा वापरेल .... फिल्टर कॅपेसिटर म्हणून.
पेपर कॅपेसिटर
अभ्रक कॅपेसिटर
इलेक्ट्रोलाइटिक कॅपेसिटर
एअर कॅपेसिटर
ANS: ३

41. 1,000 V चा वीज पुरवठा .... फिल्टर कॅपेसिटर म्हणून वापरेल
पेपर कॅपेसिटर

एअर कॅपेसिटर
अभ्रक कॅपेसिटर
इलेक्ट्रोलाइटिक कॅपेसिटर
ANS: १
42. .... फिल्टर सर्किटचा परिणाम सर्वोत्तम व्होल्टेज रेग्युलेशनमध्ये होतो
चोक इनपुट
कॅपेसिटर इनपुट
प्रतिकार इनपुट
वरीलपैकी काहीही नाही
ANS: १
43. हाफ-वेव्ह रेक्टिफायरमध्ये 240 V rms इनपुट व्होल्टेज असते जर स्टेप-डाउन ट्रान्सफॉर्मरचे वळण गुणोत्तर 8:1 आहे, पीक लोड किती आहे विद्युतदाब? डायोड ड्रॉपकडे दुर्लक्ष करा.
२७.५ व्ही
८६.५ व्ही
30 व्ही
४२.५ व्ही
ANS: ४
44. अर्ध-वेव्ह रेक्टिफायरची कमाल कार्यक्षमता .... आहे.
४०.६ %
८१.२ %
५०%
२५%
ANS: १
४५. सर्वात जास्त वापरले जाणारे रेक्टिफायर .... आहे.
अर्ध-वेव्ह रेक्टिफायर
केंद्र-टॅप फुल-वेव्ह रेक्टिफायर
ब्रिज फुल-वेव्ह रेक्टिफायर
वरीलपैकी काहीही नाही
ANS:3
1. ट्रान्झिस्टरमध्ये .... असतो
अ] एक pn जंक्शन
ब] <u>दोन pn जंक्शन</u>
C] तीन pn जंक्शन

ड] चार pn जंक्शन

2. ट्रान्झिस्टरमधील क्षीण थरांची संख्या .... आहे.

अ] चार

ब] तीन

सुळका

ड] <u>दोन</u>

3. ट्रान्झिस्टरचा पाया .... डोप केलेला असतो

अ] भारी

ब] माफक प्रमाणात

क] <u>हलके</u>

D] वरीलपैकी काहीही नाही

4. ट्रान्झिस्टरमध्ये सर्वात मोठा आकार असणारा घटक म्हणजे ....

अ] <u>संग्राहक</u>

ब] आधार

क] उत्सर्जक

ड] कलेक्टर-बेस-जंक्शन

5. pnp ट्रान्झिस्टरमध्ये, वर्तमान वाहक .... आहेत.

अ] स्वीकारणारा आयन

ब] दाता आयन

C] मुक्त इलेक्ट्रॉन

ड] <u>छिद्र</u>

6. ट्रान्झिस्टरचा संग्राहक .... आहे. डोप केलेले

अ] भारी

ब] <u>माफकप्रमाणात</u>

क] हलके

D] वरीलपैकी काहीही नाही

7. ट्रान्झिस्टर हे .... ऑपरेट केलेले उपकरण आहे

अ] <u>प्रवाह</u>

ब] व्होल्टेज

C] व्होल्टेज आणि करंट दोन्ही

D] वरीलपैकी काहीही नाही

8. एनपीएन ट्रान्झिस्टरमध्ये, ... अल्पसंख्याक वाहक आहेत

अ] मुक्त इलेक्ट्रॉन

ब] <u>छिद्र</u>

क] दाता आयन
डी] स्वीकारणारा आयन
9. ट्रान्झिस्टरचा उत्सर्जक .... डोप केलेला असतो
अ] हलकेच
ब] भारी
क] माफक प्रमाणात
D] वरीलपैकी काहीही नाही
10. ट्रान्झिस्टरमध्ये, बेस करंट हा एमिटर करंटच्या .... इतका असतो
अ] २५%
ब] २०%
क] ३५%
ड] ५%
11. ट्रान्झिस्टरच्या बेस-एमिटर जंक्शन्सवर, एखाद्याला .... आढळते.
अ] एक उलट पूर्वाग्रह
ब] एक विस्तृत क्षीण थर
सी] कमीप्रतिकार
D] वरीलपैकी काहीही नाही
12. ट्रान्झिस्टरचा इनपुट प्रतिबाधा .... आहे.
उंच
ब] कमी
क] खूप उच्च
ड] जवळजवळ शून्य
13. एमिटर मधील बहुतेक बहुसंख्य वाहक ....
अ] बेसमध्ये पुन्हा एकत्र करा
ब] उत्सर्जक मध्ये पुन्हा एकत्र करा
क] बेसप्रदेशातूनकलेक्टरकडेजा
D] वरीलपैकी काहीही नाही
14. सध्याची IB .... आहे.
अ] इलेक्ट्रॉनप्रवाह
ब] भोक प्रवाह
क] दाता आयन करंट
डी] स्वीकारणारा आयन प्रवाह
15. ट्रान्झिस्टरमध्ये ....
A] IC = IE + IB

B] IB = IC + IE

C] IE = IC – IB

D] <u>IE = IC + IB</u>

16. ट्रान्झिस्टरचे a चे मूल्य .... आहे.

अ] १ पेक्षा जास्त

ब] <u>१पेक्षाकमी</u>

क] १

D] वरीलपैकी काहीही नाही

17. IC = aIE + ...

A] IB

ब] आयसीईओ

C] <u>ICBO</u>

ड] ßIB

18. ट्रान्झिस्टरचा आउटपुट प्रतिबाधा .... आहे.

अ] <u>उच्च</u>

ब] शून्य

क] कमी

ड] खूप कमी

19. टॅन्सिस्टरमध्ये, IC = 100 mA आणि IE = 100.2 mA. ß चे मूल्य .... आहे.

अ] 100

ब] 50

क] सुमारे १

ड] <u>200</u>

20. ट्रान्झिस्टरमध्ये जर ß = 100 आणि कलेक्टर करंट 10 mA असेल, तर IE आहे ....

A] 100 mA

ब] <u>100.1 mA</u>

C] 110 mA

D] वरीलपैकी काहीही नाही

२१. ß आणि a मधील संबंध .... आहे.

A] ß = 1 / (1 – a)

B] ß = (1 – a) / a

C] <u>ß = a / (1 – a)</u>

D] ß = a / (1 + a)

22. ट्रान्झिस्टरसाठी ß चे मूल्य साधारणपणे .... असते.

अ] 1 पेक्षा कमी

ब] 20 ते 500 दरम्यान

क] ५००च्यावर

23. सर्वात जास्त वापरलेली ट्रान्झिस्टर व्यवस्था .... व्यवस्था आहे

अ] सामान्यउत्सर्जक

ब] सामान्य आधार

क] सामान्य संग्राहक

D] वरीलपैकी काहीही नाही

24. ....व्यवस्था मध्ये जोडलेल्या ट्रान्झिस्टरची इनपुट प्रतिबाधा सर्वोच्च आहे

अ] सामान्य उत्सर्जक

ब] सामान्यसंग्राहक

क] सामान्य आधार

D] वरीलपैकी काहीही नाही

25. .... मध्ये जोडलेल्या ट्रान्झिस्टरचा आउटपुट प्रतिबाधा.

अ] व्यवस्था सर्वोच्च आहे

ब] सामान्य उत्सर्जक

क] सामान्यसंग्राहक

ड] सामान्य आधार

वरीलपैकी काहीही नाही

26. a मधील इनपुट आणि आउटपुट व्होल्टेजमधील फेज फरक

सामान्य आधार व्यवस्था .... आहे.

अ] 180 ओ

ब] 90 ओ

C] 270o

D] 0o

27. .... मध्ये जोडलेल्या ट्रान्झिस्टरमधील पॉवर गेन. व्यवस्था सर्वोच्च आहे

अ] सामान्यउत्सर्जक

ब] सामान्य आधार

क] सामान्य संग्राहक

D] वरीलपैकी काहीही नाही

28. a च्या इनपुट आणि आउटपुट व्होल्टेजमधील फेज फरक

सामान्य उत्सर्जक व्यवस्थेत जोडलेले ट्रान्झिस्टर .... आहे.

A] 0o

ब] 180 ओ

C] 90o

D] 270o

29. .... मध्ये जोडलेल्या ट्रान्झिस्टरमधील व्होल्टेज वाढणे. व्यवस्था सर्वोच्च आहे

अ] सामान्य आधार

ब] सामान्य संग्राहक

C] सामान्यउत्सर्जक

D] वरीलपैकी काहीही नाही

30. ट्रान्झिस्टरचे तापमान जसजसे वाढते तसतसे बेस-एमिटर प्रतिरोध ....

अ] कमीहोते

ब] वाढते

क] तसाच राहतो

D] वरीलपैकी काहीही नाही

31. कॉमन कलेक्टरमध्ये जोडलेल्या ट्रान्झिस्टरचा व्होल्टेज वाढणे

अ] व्यवस्था आहे ....

ब] १ च्या समान

C] 10 पेक्षा जास्त

ड] 1 पेक्षाजास्त 100 कमी

32. कॉमन कलेक्टर व्यवस्थेमध्ये जोडलेल्या ट्रान्झिस्टरच्या इनपुट आणि आउटपुट व्होल्टेजमधील फेज फरक .... आहे.

अ] 180 ओ

ब] 0o

C] 90o

D] 270o

33. IC = ß IB + ...

अ] ICBO

ब] आयसी

क] आयसीईओ

डी] aIE

34. IC = [a / (1 – a)] IB + ...

अ] आयसीईओ

ब] ICBO

क] आयसी

D] (1 – a) IB

35. IC = [a / (1 – a)] IB + [........ / (1 – a)]

अ] <u>ICBO</u>

ब] आयसीईओ

क] आयसी

ड] IE

36. BC 147 ट्रान्झिस्टर सूचित करतो की ते ....पासून बनलेले आहे.

अ] जर्मेनियम

ब] <u>सिलिकॉन</u>

C] कार्बन

D] वरीलपैकी काहीही नाही

37. ICEO = (.........) ICBO

अ] ß1

ब] + अ

क] <u>1 + ß</u>

D] वरीलपैकी काहीही नाही

38. सीबी मोडमध्ये ट्रान्झिस्टर जोडलेले आहे. जर ते CE मोडमध्ये समान बायस व्होल्टेजसह कनेक्ट केलेले नसेल, तर IE, IB आणि IC ची मूल्ये .... होतील.

अ] <u>तसाचराहतो</u>

ब] वाढ

क] घट

D] वरीलपैकी काहीही नाही

39. a चे मूल्य 0.9 असल्यास, ß चे मूल्य .... आहे.

अ] ९

ब] ०.९

क] 900

ड] <u>90</u>

40. ट्रान्झिस्टरमध्ये, ... सर्किटमधून सिग्नल हस्तांतरित केला जातो

अ] कमी प्रतिकार करण्यासाठी उच्च प्रतिकार

ब] <u>उच्चप्रतिकारकरण्यासाठीकमीप्रतिकार</u>

सी] उच्च प्रतिकार उच्च प्रतिकार

ड] कमी प्रतिकार कमी प्रतिकार

41. ट्रान्झिस्टरच्या चिन्हातील बाण दिशा दर्शवतो

च्या ....

अ] उत्सर्जक मध्ये इलेक्ट्रॉन प्रवाह

ब] संग्राहकामध्ये इलेक्ट्रॉन प्रवाह

C] उत्सर्जकमध्येभोकप्रवाह
ड] दाता आयन करंट
42. CE व्यवस्थेतील गळती करंट .... आहे. की सीबी व्यवस्थेत
अ] पेक्षाजास्त
ब] पेक्षा कमी
क] समान
D] वरीलपैकी काहीही नाही
43. सामान्यतः ट्रान्झिस्टरसह उष्मा सिंकचा वापर ....
अ] फॉरवर्ड करंट वाढवा
ब] फॉरवर्ड करंट कमी करा
C] अत्यधिक डोपिंगची भरपाई
डी] तापमानातजास्तवाढहोण्यासप्रतिबंधकरा
44. उत्पादनात सर्वात जास्त वापरले जाणारे सेमीकंडक्टर a ट्रान्झिस्टर आहे ....
अ] जर्मेनियम
ब] सिलिकॉन
C] कार्बन
D] वरीलपैकी काहीही नाही
45. ट्रान्झिस्टरमधील कलेक्टर-बेस जंक्शनमध्ये ....
अ] नेहमी फॉरवर्ड बायस
ब] नेहमीउलटपूर्वाग्रह
सी] कमी प्रतिकार
D] वरीलपैकी काहीही नाही
1. ट्रान्झिस्टर बायसिंग .... परिस्थिती
1. ac
2. डीसी
3. ac आणि dc दोन्ही
4. वरीलपैकी काहीही नाही
उत्तर : २
2. सर्किटमध्ये .... ठेवण्यासाठी ट्रांझिस्टर बायसिंग केले जाते
योग्य थेट प्रवाह
योग्य पर्यायी प्रवाह
बेस वर्तमान लहान
कलेक्टर वर्तमान लहान

उत्तर : १

3. ऑपरेटिंग पॉइंट .... दर्शवतो.

सिग्नल लागू केल्यावर IC आणि VCE ची मूल्ये

सिग्नलचे परिमाण

IC आणि VCE चे शून्य सिग्नल मूल्ये

वरीलपैकी काहीही नाही

उत्तर : ३

TRANSISTOR BIASING प्रश्न आणि उत्तरे pdf

4. ॲम्प्लीफायर सर्किटमध्ये बायसिंग केले नसल्यास, त्याचा परिणाम .... होतो.

बेस करंटमध्ये घट

अविश्वासू प्रवर्धन

अति कलेक्टर पूर्वाग्रह

वरीलपैकी काहीही नाही

उत्तर : २

5. ट्रान्झिस्टर बायसिंग साधारणपणे .... द्वारे प्रदान केले जाते.

बायसिंग सर्किट

बायस बॅटरी

डायोड

वरीलपैकी काहीही नाही

उत्तर : १

6. ट्रांझिस्टर सर्किटद्वारे विश्वासू प्रवर्धनासाठी, VBE चे मूल्य पाहिजे .... सिलिकॉन ट्रान्झिस्टरसाठी

शून्य व्हा

०.०१ वी

0.7 V च्या खाली येऊ नका

0 V आणि 0.1 V च्या दरम्यान असावे

उत्तर : ३

7. ट्रान्झिस्टरच्या योग्य ऑपरेशनसाठी, त्याचे कलेक्टर पाहिजे आहे ....

योग्य फॉरवर्ड बायस

योग्य उलट पूर्वाग्रह

खूप लहान आकार

वरीलपैकी काहीही नाही

उत्तर : २

8. ट्रांजिस्टर सर्किटद्वारे विश्वासू प्रवर्धनासाठी, VCE चे मूल्य सिलिकॉन ट्रान्झिस्टरसाठी .... पाहिजे

1 V च्या खाली येऊ नका

शून्य व्हा

0.2 V व्हा

वरीलपैकी काहीही नाही

उत्तर : १

9. ऑपरेटिंग पॉइंटचे सर्वोत्तम स्थिरीकरण प्रदान करणारे सर्किट आहे ....

बेस रेझिस्टर बायस

कलेक्टर अभिप्राय पूर्वाग्रह

संभाव्य विभाजक पूर्वाग्रह

वरीलपैकी काहीही नाही

उत्तर : ३

10. dc आणि ac लोड लाईन्सच्या छेदनबिंदूचा बिंदू प्रतिनिधित्व करते ....

ऑपरेटिंग पॉइंट

वर्तमान लाभ

व्होल्टेज वाढणे

वरीलपैकी काहीही नाही

उत्तर : १

11. स्थिरता घटकाचे आदर्श मूल्य .... आहे.

100

200

200 पेक्षा जास्त

१

उत्तर : ४

12. सुरुवातीच्या टप्प्यात शून्य सिग्नल IC साधारणपणे .... mA असतो ट्रान्झिस्टर ॲम्प्लिफायरचे

४१

3

10 पेक्षा जास्त

उत्तर : २

13. एकट्या सिग्नलमुळे जास्तीत जास्त संग्राहक प्रवाह 3 mA असल्यास

शून्य सिग्नल कलेक्टर करंट किमान समान असावा ....

6 mA

mA

3 mA

1 mA

उत्तर : ३

14. ट्रान्झिस्टर बायसिंगच्या बेस रेझिस्टर पद्धतीचा तोटा आहे तेच ....

क्लिष्ट आहे

ß मधील बदलांसाठी संवेदनशील आहे

उच्च स्थिरता प्रदान करते

वरीलपैकी काहीही नाही

उत्तर : २

15. बायसिंग सर्किटमध्ये 50 चा स्थिरता घटक असतो. जर यामुळे तापमान बदल, ICBO 1 μA ने बदलते, नंतर IC बदलेल द्वारे ....

100 μA

25 μA

20 μA

50 μA

उत्तर : ४

16. व्होल्टेज डिव्हायडर बायसमध्ये चांगल्या स्थिरीकरणासाठी, वर्तमान I1 वाहते R1 आणि R2 द्वारे समान किंवा जास्त असावे

10 IB

3 IB

2 IB

4 IB

उत्तर : १

17. सिलिकॉन ट्रान्झिस्टरमधील गळती करंट सुमारे .... जर्मेनियम ट्रान्झिस्टरमध्ये गळती करंट

शंभरावा

एक दशांश

एक हजारवा

एक दशलक्षवा

उत्तर : ३

18. ऑपरेटिंग पॉइंटला .... असेही म्हणतात.
कट ऑफ पॉइंट
शांत बिंदू
संपृक्तता बिंदू
वरीलपैकी काहीही नाही
उत्तर : २

19. ट्रान्झिस्टर सर्किटद्वारे योग्य प्रवर्धनासाठी, ऑपरेटिंग बिंदू dc लोड लाईनच्या .... येथे स्थित असावा
शेवटचा मुद्दा
मधला
कमाल वर्तमान बिंदू
वरीलपैकी काहीही नाही
उत्तर : २

20. एसी लोड लाईनवर ऑपरेटिंग पॉइंट ....
तसेच ओळ
खोटे बोलत नाही
खोटे बोलू किंवा नाही
डेटा अपुरा
उत्तर : १

21. व्होल्टेज डिव्हायडर बायसचा तोटा म्हणजे त्यात ....
उच्च स्थिरता घटक
कमी बेस करंट
अनेक प्रतिरोधक
वरीलपैकी काहीही नाही
उत्तर : ३

22. थर्मल रनअवे तेव्हा होते जेव्हा ....
जिल्हाधिकारी उलटपक्षी आहेत
ट्रान्झिस्टर पक्षपाती नाही
एमिटर फॉरवर्ड बायस्ड आहे
जंक्शन कॅपेसिटन्स जास्त आहे
उत्तर : २

23. ट्रान्झिस्टरच्या एमिटर सर्किटमध्ये प्रतिकार करण्याचा उद्देश ॲम्प्लीफायर म्हणजे ....
कमाल उत्सर्जक प्रवाह मर्यादित करा

बेस-एमिटर बायस प्रदान करा

एमिटर करंटमधील बदल मर्यादित करा

वरीलपैकी काहीही नाही

उत्तर : ३

24. ट्रान्झिस्टर ॲम्प्लिफायर सर्किटमध्ये VCE = VCB + ...

VBE

2VBE

5 VBE

वरीलपैकी काहीही नाही

उत्तर : १

25. बेस रेझिस्टर पद्धत सामान्यतः .... मध्ये वापरली जाते.

ॲम्प्लीफायर सर्किट्स

स्विचिंग सर्किट्स

रेक्टिफायर सर्किट्स

वरीलपैकी काहीही नाही

उत्तर : २

26. जर्मेनियम ट्रान्झिस्टर ॲम्प्लिफायरसाठी, VCE .... साठी

विश्वासू प्रवर्धन

शून्य व्हा

0.2 V व्हा

0.7 V च्या खाली येऊ नका

वरीलपैकी काहीही नाही

उत्तर : ३

27. बेस रेझिस्टर पद्धतीमध्ये, ß चे मूल्य 50 ने बदलल्यास

कलेक्टर करंट एका घटकाने बदलेल ....

२५

50

100

200

उत्तर : २

28. कलेक्टर फीडबॅक बायस सर्किटचा स्थिरता घटक .... आहे.

बेस रेझिस्टर बायसचा.

च्या समान

पेक्षा जास्त

च्या पेक्षा कमी

वरीलपैकी काहीही नाही

उत्तर : ३

29. बायसिंग सर्किटच्या डिझाइनमध्ये, कलेक्टर लोड आरसीचे मूल्य आहे द्वारे निर्धारित ....

VCE विचार

VBE विचार

आयबी विचार

वरीलपैकी काहीही नाही

उत्तर : १

30. जर कलेक्टर चालू IC चे मूल्य वाढले, तर चे मूल्य VCE ....

तसेच राहते

कमी होतो

वाढते

वरीलपैकी काहीही नाही

उत्तर : २

31. तापमान वाढल्यास, VCE चे मूल्य ....

तसेच राहते

वाढले आहे

कमी झाले आहे

वरीलपैकी काहीही नाही

उत्तर : ३

32. संभाव्य विभाजक पद्धतीमध्ये ऑपरेटिंग पॉइंटचे स्थिरीकरण आहे .... द्वारे प्रदान केले

RE विचार

आरसी विचार

VCC विचार

वरीलपैकी काहीही नाही

उत्तर: १

33. VBE चे मूल्य ....

IC वर मध्यम प्रमाणात अवलंबून असते

IC पासून जवळजवळ स्वतंत्र आहे

IC वर पूर्णपणे अवलंबून आहे

वरीलपैकी काहीही नाही

उत्तर : २

34. जेव्हा तापमान बदलते तेव्हा ऑपरेटिंग पॉइंट मुळे हलविला जातो ते.......

ICBO मध्ये बदल

VCC मध्ये बदल

सर्किट रेझिस्टन्सच्या मूल्यांमध्ये बदल

वरीलपैकी काहीही नाही

उत्तर : १

35. बेस रेझिस्टर बायससाठी स्थिरता घटकाचे मूल्य .... आहे.

RB (ß+1)

(ß+1)RC

(ß+1)

1-ß

उत्तर : ३

36. एका विशिष्ट बायसिंग सर्किटमध्ये, RE चे मूल्य सुमारे .... आहे.

10 kO

1 मो

100 kO

८०० ओ

उत्तर : ४

37. एक सिलिकॉन ट्रान्झिस्टर बेस रेझिस्टर पद्धतीसह पक्षपाती आहे. जर ß=100, VBE = 0.7 V, शून्य सिग्नल कलेक्टर वर्तमान IC = 1 mA आणि VCC = 6V , बेस रेझिस्टर RB चे मूल्य काय आहे?

105 kO

530 kO

३१५ kO

वरीलपैकी काहीही नाही

उत्तर : २

38. व्होल्टेज विभाजक बायसमध्ये, VCC = 25 V; आर 1 = 10 kO; R2 = 2.2 V ;
आरसी =
3.6 V आणि RE = 1 kO. एमिटर व्होल्टेज काय आहे?

7 व्ही

3 व्ही

V8

व्ही

उत्तर : ४

39. वरील प्रश्नात (Q38.) कलेक्टर व्होल्टेज काय आहे?

3 व्ही

8 व्ही

6 व्ही

7 व्ही

उत्तर : १

40. व्होल्टेज विभाजक बायसमध्ये, ऑपरेटिंग पॉइंट 3 V, 2 एमए आहे. जर VCC = 9 V,

RC = 2.2 kO, RE चे मूल्य काय आहे?

2000 ओ

1400 ओ

८०० ओ

१६०० ओ

उत्तर : ३

1. खालीलपैकी कोणते DC प्रणालीचे अनुप्रयोग आहेत?

(a) बॅटरी चार्जिंगचे काम

(b) आर्क वेल्डिंग

(c) इलेक्ट्रोलाइटिक आणि इलेक्ट्रो-केमिकल प्रक्रिया

(d) शोध दिव्यांसाठी आर्क दिवे

(e) वरील सर्व

उत्तर: ई

2. खालीलपैकी कोणती पद्धत AC प्रणालीचे DC मध्ये रूपांतरित करण्यासाठी वापरली जाऊ शकते?

(a) रेक्टिफायर्स

(b) मोटर कन्व्हर्टर

(c) मोटर-जनरेटर संच

(d) रोटरी कन्व्हर्टर

(e) वरील सर्व

उत्तर: ई

3. सिंगल फेज रोटरी कन्व्हर्टरमध्ये स्लिप रिंगची संख्या असेल

(a) दोन

(b) तीन

(c) चार

(d) सहा
(e) काहीही नाही
उत्तर: अ
4. एक सिंक्रोनस कनवर्टर सुरू केला जाऊ शकतो
(a) लहान सहाय्यक मोटरद्वारे
(b) AC पासून. इंडक्शन मोटर म्हणून बाजू
(c) DC बाजूला DC मोटर म्हणून
(d) वरीलपैकी कोणतीही पद्धत
(e) वरीलपैकी कोणतीही पद्धत नाही
उत्तर: डी
5. रोटरी कन्व्हर्टर हे एकच मशीन असते
(a) एक आर्मेचर आणि एक फील्ड
(b) दोन आर्मेचर आणि एक फील्ड
(c) एक आर्मेचर आणि दोन फील्ड
(d) वरीलपैकी काहीही नाही
उत्तर: अ
6. रोटरी कन्व्हर्टर चे कार्य एकत्र करते
(a) एक इंडक्शन मोटर आणि DC जनरेटर
(b) एक सिंक्रोनस मोटर आणि एक DC जनरेटर.
(c) DC मालिका मोटर आणि DC जनरेटर
(d) वरीलपैकी काहीही नाही
उत्तर: बी
7. खालीलपैकी कोणती क्रिया उलट करता येण्यासारखी आहे?
(a) मोटर जनरेटर संच
(b) मोटर कन्व्हर्टर
(c) रोटरी कन्व्हर्टर
(d) वरीलपैकी कोणतेही
(e) वरीलपैकी काहीही नाही
उत्तर: सी
8. खालीलपैकी कोणता धातू सामान्यतः इलेक्ट्रोलिसिसद्वारे तयार केला जातो प्रक्रिया?
(a) भार
(b) ॲल्युमिनियम
(c) तांबे

(d) झिंक

(e) वरीलपैकी काहीही नाही

उत्तर: बी

9. मोटार कनव्हर्टरच्या सहाय्याने फक्त पर्यंत डीसी व्होल्टेज मिळवणे शक्य आहे

(a) 200-100 V

(६) ६००—८०० व्ही

(c) 1000–1200 V

(d) 1700–2000 V

उत्तर: डी

10. साधारणपणे, खालीलपैकी कोणते वापरले जाते, जेव्हा मोठ्या प्रमाणावर रूपांतरण होते

एसी. डीसी पॉवर आवश्यक आहे?

(a) मोटर-जनरेटर संच

(b) मोटर कन्व्हर्टर

(c) रोटरी कन्व्हर्टर

(d) मर्क्युरी आर्क रेक्टिफायर

उत्तर: डी

11. सामान्य बांधकाम आणि डिझाइनमध्ये एक रोटरी कनवर्टर, कमी-अधिक सारखे आहे

(a) एक ट्रान्सफॉर्मर

(b) एक इंडक्शन मोटर

(c) पर्यायी

(d) कोणतेही DC मशीन

उत्तर: डी

12. रोटरी कन्व्हर्टर ए येथे कार्य करते

(a) कमी उर्जा घटक

(6) उच्च शक्ती घटक

(c) शून्य उर्जा घटक

(d) वरीलपैकी काहीही नाही

उत्तर: बी

13. खालीलपैकी कोणत्या ॲप युकेशनमध्ये डायरेक्ट करंट अत्यंत आवश्यक आहे?

(a) रोषणाई

(b) इलेक्ट्रोलिसिस

(c) व्हेरिएबल स्पीड ऑपरेशन

(d) कर्षण

उत्तर: बी

14. खालीलपैकी कोणता AC. मोटर्स सहसा मोठ्या मोटर-जनरेटरमध्ये वापरल्या जातात

सेट?

(a) सिंक्रोनस मोटर

(b) गिलहरी पिंजरा इंडक्शन मोटर

(c) स्लिप रिंग इंडक्शन मोटर

(d) वरीलपैकी कोणतेही

उत्तर: अ

15. रोटरी कन्व्हर्टरमध्ये आर्मेचर करंट्स असतात

(a) फक्त dc

(b) फक्त ac

(c) अंशतः ac आणि अंशतः dc

उत्तर: सी

16. खालीलपैकी कोणत्या उपकरणात डायरेक्ट करंट आवश्यक आहे?

(a) दूरध्वनी

(b) रिले

(c) वेळ बदलते

(d) वरील सर्व

उत्तर: डी

17. रोटरी कन्व्हर्टरमध्ये त्याच डीसी जनरेटरच्या तुलनेत I2R नुकसान होते आकार असेल

(a) समान

(आशीर्वाद

(c) दुप्पट

(d) तीन वेळा

उत्तर: बी

18. पारा आर्क रेक्टिफायरमध्ये धनात्मक आयनांकडे आकर्षित होतात

(a) एनोड

(b) कॅथोड

(c) शेल तळाशी

(d) पारा पूल

उत्तर: बी

19. बुध, आर्क रेक्टिफायर्समध्ये, कॅथोडसाठी निवडला जातो कारण

(a) त्याची आयनीकरण क्षमता तुलनेने कमी आहे
(b) त्याचे अणू वजन खूप जास्त आहे
(c) त्याचा उत्कलन बिंदू आणि विशिष्ट उष्णता कमी आहे
(d) ते सामान्य तापमानात द्रव अवस्थेत राहते
(e) वरील सर्व
उत्तर: ई
20. पाराची आयनीकरण क्षमता अंदाजे आहे
(a) 5.4 V
(b) 8.4 V
(c) 10.4 V
(d) 16.4 V
उत्तर: सी
21. पारा आर्क रेक्टिफायरमध्ये, चापमधील संभाव्य घट बदलते
(a) कंसाची 0.05 V ते 0.2 V प्रति सेमी लांबी
(b) कमानीची 0.5 V ते 1.5 V प्रति सेमी लांबी
(c) कमानीची 2 V ते 3.5 V प्रति सेमी लांबी
(d) वरीलपैकी काहीही नाही
उत्तर: डी
22. पारा आर्क रेक्टिफायरच्या एनोड आणि कॅथोडमधील व्होल्टेज ड्रॉप खालील समाविष्टीत आहे
(a) एनोड ड्रॉप आणि कॅथोड ड्रॉप
(b) एनोड ड्रॉप आणि आर्क ड्रॉप
(c) कॅथोड ड्रॉप आणि आर्क ड्रॉप
(d) एनोड ड्रॉप, कॅथोड ड्रॉप आणि आर्क ड्रॉप
उत्तर: डी
23. ग्लास रेक्टिफायर्स सामान्यतः डीसी आउटपुट (जास्तीत जास्त सतत रेटिंग) चे
(a) 100 A वर 100 V
(b) 200 A वर 200 V
(c) 300 A वर 300 V
(d) 400 A वर 400 V
(e) 500 A वर 500 V
उत्तर: ई
24. पारा चाप रेक्टिफायरमध्ये एनोडवर व्होल्टेज कमी होण्याचे कारण आहे
(a) पाराची स्वतः ची पुनर्संचयित करणारी मालमत्ता

(b) उच्च आयनीकरण क्षमता

(c) इलेक्ट्रोस्टॅटिक क्षेत्रावर मात करण्यासाठी खर्च केलेली ऊर्जा

(d) रेक्टिफायरच्या आत उच्च तापमान

उत्तर: सी

25. पारा आर्क रेक्टिफायरची अंतर्गत कार्यक्षमता अवलंबून असते

(a) फक्त व्होल्टेज

(b) फक्त वर्तमान

(c) व्होल्टेज आणि प्रवाह

(d) वर्तमानाचे rms मूल्य

(e) वरीलपैकी काहीही नाही

उत्तर: अ

26. जर पारा आर्क रेक्टिफायरमधील कॅथोड आणि एनोड कनेक्शन एकमेकांमध्ये बदलले असतील तर

(a) रेक्टिफायर ऑपरेट करणार नाही

(b) अंतर्गत नुकसान कमी होईल

(c) दोन्ही आयन आणि इलेक्ट्रॉन प्रवाह एकाच दिशेने फिरतील

(d) रेक्टिफायर कमी कार्यक्षमतेने कार्य करेल

उत्तर: अ

27. पारा आर्क रेक्टिफायरमध्ये कॅथडे व्होल्टेज ड्रॉप, यामुळे होते

(a) ionization मध्ये ऊर्जेचा खर्च

(b) पृष्ठभागावरील प्रतिकार

(c) इलेक्ट्रोस्टॅटिक क्षेत्रावर मात करण्यासाठी ऊर्जेचा खर्च

(d) पारा पासून इलेक्ट्रॉन मुक्त करण्यात ऊर्जेचा खर्च

उत्तर: डी

28. पारा आर्क रेक्टिफायरमध्ये कॅथोड स्पॉट तयार करणे

(a) एनोड गरम केले जाते

(b) ट्यूब रिकामी केली आहे

(c) एक सहायक इलेक्ट्रोड वापरला जातो

(d) कमी पारा वाष्प दाब वापरले जातात

उत्तर: सी

29. पारा आर्क रेक्टिफायरचा फायदा असा आहे की

(a) ते वजनाने हलके आहे आणि मजल्यावरील लहान जागा व्यापते

(b) त्याची उच्च कार्यक्षमता आहे

(c) यात उच्च ओव्हरलोड क्षमता आहे

(d) ते तुलनेने नीरव आहे
(e) वरील सर्व
उत्तर: ई

30. पारा पूल रेक्टिफायरमध्ये, त्याच्या इलेक्ट्रोड्सवर व्होल्टेज ड्रॉप होतो
(a) लोड करण्यासाठी थेट प्रमाणात आहे
(b) लोडच्या व्यस्त प्रमाणात आहे
(c) लोड करंटसह वेगाने बदलते
(d) लोड करंटपासून जवळजवळ स्वतंत्र आहे
उत्तर: डी

रेक्टिफायर्स आणि कन्व्हर्टर्स - इलेक्ट्रिकल इंजिनिअरिंग मुलाखतीचे प्रश्न आणि उत्तरे

31. थ्री-फेज मर्क्युरी आर्क रेक्टिफायरमध्ये प्रत्येक एनोड यासाठी चालते
(a) सायकलचा एक तृतीयांश भाग
(b) सायकलचा एक चतुर्थांश भाग
(c) दीड चक्र
(d) सायकलचा दोन तृतीयांश भाग
उत्तर: अ

32. पारा आर्क रेक्टिफायरमध्ये वैशिष्ट्यपूर्ण निळ्या प्रकाशामुळे आहे
(a) पाराचा रंग
(b) आयनीकरण
(c) उच्च तापमान
(d) इलेक्ट्रॉन प्रवाह
उत्तर: बी

33. खालीलपैकी कोणता पारा आर्क रेक्टिफायर कमीत कमी अनड्युलेटिंग वितरीत करेल
वर्तमान?
(a) सहा-टप्प्यात
(b) तीन-टप्प्यात
(c) दोन-टप्प्या
(d) सिंगल-फेज
उत्तर: अ

34. काचेच्या बल्बमध्ये पारा आर्क रेक्टिफायरमध्ये कमाल वर्तमान रेटिंग प्रतिबंधित आहे
करण्यासाठी

(a) 2000 A

(b) १५०० अ

(c) 1000 A

(d) 500 A

उत्तर: डी

35. पारा आर्क रेक्टिफायरमध्ये _______ एनोडपासून कॅथोडकडे प्रवाहित होतो

(a) आयन

(b) इलेक्ट्रॉन

(c) आयन आणि इलेक्ट्रॉन

(d) वरीलपैकी कोणतेही

उत्तर: अ

36. जेव्हा रेक्टिफायर लोड केले जाते तेव्हा खालीलपैकी कोणते व्होल्टेज थेंब होतात?

(a) ट्रान्सफॉर्मर रिॲक्टन्समध्ये व्होल्टेज ड्रॉप

(6) ट्रान्सफॉर्मर आणि स्मूथिंग चोक्सच्या प्रतिकारामध्ये व्होल्टेज कमी होते

(c) आर्क व्होल्टेज ड्रॉप

(d) वरील सर्व

उत्तर: डी

37. खालीलपैकी कोणत्या घटकांवर रेक्टिफायरच्या टप्प्यांची संख्या अवलंबून डिझाइन केले पाहिजे?

(a) रेक्टिफायरचे व्होल्टेज नियमन कमी असावे

(b) आउटपुट सर्किटमध्ये हार्मोनिक्स नसावेत

(c) प्रणालीचा पॉवर फॅक्टर जास्त असावा

(d) रेक्टिफायर पुरवठा ट्रान्सफॉर्मरचा वापर सर्वोत्तम जाहिरातींसाठी केला पाहिजे

(e) वरील सर्व

उत्तर: ई

38. पारा आर्क रेक्टिफायरमध्ये _________ नियमन वैशिष्ट्ये आहेत

(a) सरळ रेषा

(b) वक्र रेषा

(c) घातांक

(d) वरीलपैकी काहीही नाही

उत्तर: डी

39. हा ट्रान्सफॉर्मरचा ________ आहे ज्यावर कोनाची परिमाण आहे ओव्हरलॅप अवलंबून आहे.

(a) प्रतिकार

(b) क्षमता

(c) गळती प्रतिक्रिया

(d) वरीलपैकी कोणतेही

उत्तर: सी

41. पारा आर्क रेक्टिफायर्सच्या ग्रिड कंट्रोलमध्ये जेव्हा ग्रिड पॉझिटिव्ह केले जाते कॅथोडच्या सापेक्ष, नंतर ते त्यांच्या मे वरील इलेक्ट्रॉन्स ते एनोड.

(a) वेग वाढवते

(b) मंदावते

(c) वरीलपैकी कोणतेही

(d) वरीलपैकी काहीही नाही

उत्तर: अ

42. ग्रीड असलेल्या पारा आर्क रेक्टिफायरमध्ये, कंस एनोड आणि दरम्यान मारला जाऊ शकतो

कॅथोड जेव्हा ग्रिडला विशिष्ट क्षमता प्राप्त होते, तेव्हा ही क्षमता ओळखली जाते म्हणून

(a) कमाल ग्रिड व्होल्टेज

(b) गंभीर ग्रिड व्होल्टेज

(c) वरीलपैकी कोणतेही

(d) वरीलपैकी काहीही नाही

उत्तर: बी

43. फेज-शिफ्ट कंट्रोल पद्धतीमध्ये ग्रिड बदलून नियंत्रण केले जाते विद्युतदाब.

(a) परिमाण

(b) ध्रुवीयता

(c) टप्पा

(d) वरीलपैकी कोणतेही

(e) वरीलपैकी काहीही नाही

उत्तर: सी

१६.४४. फेज-शिफ्ट कंट्रोल पद्धतीमध्ये, एनोड आणि ग्रिडमधील फेज शिफ्ट च्या माध्यमातून व्होल्टेज मिळवता येतात

(a) शंट मोटर

(6) समकालिक मोटर

(c) इंडक्शन रेग्युलेटर

(d) सिंक्रोनस जनरेटर

उत्तर: सी

45. मेटल रेक्टिफायर्सना व्हॉल्व्ह रेक्टिफायर्सना प्राधान्य दिले जाते.
खालील फायदे?
(a) ते यांत्रिकदृष्ट्या मजबूत आहेत
(b) त्यांना फिलामेंट गरम करण्यासाठी कोणत्याही व्होल्टेजची आवश्यकता नाही
(c) दोन्ही (a) आणि (b)
(d) वरीलपैकी काहीही नाही
उत्तर: सी
46. खालीलपैकी कोणते विधान चुकीचे आहे?
(a) कॉपर ऑक्साइड रेक्टिफायर एक रेखीय उपकरण आहे
(b) कॉपर ऑक्साईड रेक्टिफायर एक परिपूर्ण रेक्टिफायर नाही
(c) कॉपर ऑक्साईड रेक्टिफायरची कार्यक्षमता कमी असते
(d) कॉपर ऑक्साइड रेक्टिफायर कंट्रोल सर्किट्समध्ये वापरला जातो
(e) कॉपर ऑक्साईड रेक्टिफायर सुरुवातीच्या काळात स्थिर नसतो
उत्तर: अ
47. कॉपर ऑक्साईड रेक्टिफायरची कार्यक्षमता क्वचितच ओलांडते
(अ) ९० ते ९५%
(ब) ८५ ते ९०%
(c) 80 ते 85%
(d) 65 ते 75%
उत्तर: डी
48. कॉपर ऑक्साईड रेक्टिफायर सहसा वर काम न करण्यासाठी डिझाइन केलेले असते
(a) 10° से
(b) 20°C
(c) 30° से
(d) 45°C
उत्तर: डी
49. सेलेनियम रेक्टिफायर उच्च तापमानात ऑपरेट केले जाऊ शकते
(अ) २५° से
(b) 40°C
(c) 60°C
(d) ७५° से
उत्तर: डी
50. सेलेनियम रेक्टिफायरमध्ये _______ ते _______ टक्क्यांपर्यंतची कार्यक्षमता प्राप्य आहेत
(a) 25, 35

(b) 40, 50

(c) 60, 70

(d) ७५, ८५

उत्तर: डी

51. सेलेनियम रेक्टिफायरच्या वृद्धत्वामुळे आउटपुट व्होल्टेज बदलू शकते

(a) 5 ते 10 टक्के

(b) 15 ते 20 टक्के

(c) 25 ते 30 टक्के

(d) वरीलपैकी काहीही नाही

उत्तर: अ

52. सेलेनियम रेक्टिफायर्सचे ऍप्लिकेशन सहसा संभाव्यतेपर्यंत मर्यादित असतात

(a) 10 V

(b) 30 V

(c) 60 V

(d) 100 V

(e) 200 V

उत्तर: डी

53. खालीलपैकी कोणते रेक्टिफायर पुरवठा करण्यासाठी मोठ्या प्रमाणावर वापरले गेले आहेत
इलेक्ट्रोप्लेटिंगसाठी थेट प्रवाह?

(a) कॉपर ऑक्साईड रेक्टिफायर्स

(b) सेलेनियम रेक्टिफायर्स

(c) मर्क्युरी आर्क रेक्टिफायर्स

(d) यांत्रिक रेक्टिफायर्स

(e) वरीलपैकी काहीही नाही

उत्तर: बी

54. कम्युटेटिंग रेक्टिफायरमध्ये कम्युटेटर चालवलेला असतो

(a) एक इंडक्शन मोटर

(b) एक समकालिक मोटर

(c) DC मालिका मोटर

(d) एक DC शंट मोटर

उत्तर: बी

55. खालीलपैकी कोणते रेक्टिफायर प्रामुख्याने कमी व्होल्टेजच्या चार्जिंगसाठी वापरले जातात
एसी मधून बॅटरी. पुरवठा ?

(a) यांत्रिक रेक्टिफायर्स
(b) कॉपर ऑक्साईड रेक्टिफायर्स
(c) सेलेनियम रेक्टिफायर्स
(d) इलेक्ट्रोलाइटिक रेक्टिफायर्स
(e) बुध चाप रेक्टिफायर्स
उत्तर: डी
56. इलेक्ट्रोलाइटिक रेक्टिफायरची कार्यक्षमता जवळपास आहे
(अ) ८०%
(ब) ७०%
(c) ६०%
(d) 40%
उत्तर: सी
57. पारा आर्क रेक्टिफायर चेंबरमध्ये खालीलपैकी कोणते नुकसान होते?
(a) चाप मध्ये व्होल्टेज ड्रॉप
(6) एनोडवर व्होल्टेज ड्रॉप
(c) कॅथोडवर व्होल्टेज ड्रॉप
(d) वरील सर्व
उत्तर: डी
58. मेटल रेक्टिफायर्स, पारा आर्क रेक्टिफायर्सच्या तुलनेत
(a) कमी तापमानावर चालते
(b) उच्च व्होल्टेजवर काम करू शकते
(c) जड भारांवर काम करू शकते
(d) खराब नियमन द्या
(e) वरीलपैकी काहीही नाही
उत्तर: अ
59. पारा आर्क रेक्टिफायरमध्ये, एनोड सहसा बनलेला असतो
(a) तांबे
(b) ॲल्युमिनियम
(c) चांदी
(d) ग्रेफाइट
(e) टंगस्टन
उत्तर: डी
1. ट्यून केलेला ॲम्प्लीफायर .... वापरतो. भार
अ] प्रतिरोधक

ब] कॅपेसिटिव्ह
क] LC टाकी
ड] आगमनात्मक
2. ट्यून केलेले अ‍ॅम्प्लीफायर साधारणपणे .... मध्ये चालवले जाते. ऑपरेशन
अ] वर्ग अ
ब] वर्गक
क] वर्ग ब
ड] वरीलपैकी काहीही नाही
3. ट्यून्ड अ‍ॅम्प्लिफायर .... ऍप्लिकेशन्समध्ये वापरला जातो
अ] रेडिओवारंवारता
ब] कमी वारंवारता
C] ऑडिओ वारंवारता
ड] वरीलपैकी काहीही नाही
4. .... kHz वरील फ्रिक्वेन्सीला रेडिओ फ्रिक्वेन्सी म्हणतात
अ] २१
ब] ०
क] 50
ड] 200
6. ट्यून केलेल्या अ‍ॅम्प्लीफायरचा व्होल्टेज गेन .... आहे. अनुनाद वारंवारता वर
अ] किमान
ब] कमाल
क] कमाल आणि किमान दरम्यान अर्धा मार्ग
ड] शून्य
7. समांतर रेझोनान्सवर, रेषा प्रवाह .... आहे.
अ] किमान
ब] कमाल
क] बराच मोठा
ड] वरीलपैकी काहीही नाही
8. मालिका रेझोनान्समध्ये, सर्किट .... प्रतिबाधा देते
अ] शून्य
ब] कमाल
क] किमान
ड] वरीलपैकी काहीही नाही

9. रेझोनंट सर्किटमध्ये .... घटक असतात

A] R आणि L फक्त

B] R आणि C फक्त

क] फक्त आर

D] <u>L आणि C</u>

10. मालिका किंवा समांतर रेझोनान्समध्ये, सर्किट .... लोड म्हणून वागते

अ] कॅपेसिटिव्ह

ब] <u>प्रतिरोधक</u>

क] आगमनात्मक

ड] वरीलपैकी काहीही नाही

11. मालिका रेझोनान्सच्या वेळी, एल ओलांडून व्होल्टेज .... आहे. सी ओलांडून व्होल्टेज

A] <u>च्याबरोबरीच्यापणटप्प्यातविरुद्ध</u>

ब] च्या बरोबरीने पण टप्प्यात

C] पेक्षा मोठे पण सह टप्प्यात

D] पेक्षा कमी पण सह टप्प्यात

12. जेव्हा L किंवा C एकतर वाढवले जाते, तेव्हा LC सर्किटची रेझोनंट वारंवारता ....

अ] तसाच राहतो

ब] वाढते

क] <u>कमीहोते</u>

ड] अपुरा डेटा

13. समांतर रेझोनान्समध्ये, निव्वळ प्रतिक्रियात्मक घटक सर्किट करंट .... आहे.

अ] कॅपेसिटिव्ह

ब] <u>शून्य</u>

क] आगमनात्मक

ड] वरीलपैकी काहीही नाही

14. समांतर रेझोनान्समध्ये, सर्किट प्रतिबाधा .... आहे.

A] C/LR

B] R/LC

C] CR/L

D] <u>L/CR</u>

15. समांतर LC सर्किटमध्ये, इनपुट सिग्नल फ्रिक्वेंसी रेझोनंट फ्रिक्वेंसीपेक्षा वाढल्यास ....

A] XL वाढतेआणि XC कमीहोते

ब] XL कमी होते आणि XC वाढते

C] XL आणि XC दोन्ही वाढतात

D] XL आणि XC दोन्ही कमी होतात

16. LC सर्किटचा Q ....ने दिला आहे.

A] 2pfr x R

B] R/2pfrL

क] 2pfrL/R

D] R2/2pfrL

17. जर LC सर्किटचा Q वाढला, तर बँडविड्थ ....

अ] वाढते

ब] कमीहोते

क] तसाच राहतो

ड] अपुरा डेटा

18. मालिका रेझोनान्समध्ये, सर्किट करंटचा निव्वळ प्रतिक्रियात्मक घटक .... आहे.

अ] शून्य

ब] प्रेरक

क] कॅपेसिटिव्ह

ड] वरीलपैकी काहीही नाही

19. L/CR ची परिमाणे .... आहेत.

अ] फराड

ब] हेन्री

क] ओम

ड] वरीलपैकी काहीही नाही

20. समांतर LC सर्किटचे L/C गुणोत्तर वाढल्यास, सर्किटचा Q ....

अ] कमी झाले आहे

ब] वाढलेआहे

क] तसाच राहतो

ड] वरीलपैकी काहीही नाही

21. मालिका रेझोनान्समध्ये, लागू व्होल्टेज आणि सर्किटमधील फेज कोन .... आहे.

A] 90o

ब] 180 ओ

C] 0o

ड] वरीलपैकी काहीही नाही

22. समांतर रेझोनान्समध्ये, L/C गुणोत्तर .... आहे.

अ] <u>खूपमोठा</u>

ब] शून्य

क] लहान

ड] वरीलपैकी काहीही नाही

23. ट्यून केलेल्या सर्किटचा प्रतिकार वाढल्यास, सर्किटचा Q ....

अ] वाढले आहे

ब] <u>कमीझालेआहे</u>

क] तसाच राहतो

ड] वरीलपैकी काहीही नाही

24. ट्यून केलेल्या सर्किटचा Q .... च्या गुणधर्माचा संदर्भ देतो.

अ] संवेदनशीलता

ब] निष्ठा

क] <u>निवडकता</u>

ड] वरीलपैकी काहीही नाही

25. समांतर रेझोनान्समध्ये, लागू व्होल्टेज आणि सर्किट करंटमधील फेज कोन .... आहे.

A] 90o

ब] 180 ओ

C] <u>0o</u>

ड] वरीलपैकी काहीही नाही

26. समांतर LC सर्किटमध्ये, सिग्नल फ्रिक्वेंसी रेझोनंट फ्रिक्वेंसीपेक्षा कमी झाल्यास ....

A] <u>XL कमीहोतेआणि XC वाढते</u>

ब] XL वाढते आणि XC कमी होते

C] रेषा प्रवाह किमान होतो

ड] वरीलपैकी काहीही नाही

27. मालिका अनुनाद मध्ये, ... आहे

अ] <u>व्होल्टेजप्रवर्धन</u>

ब] वर्तमान प्रवर्धन

C] व्होल्टेज आणि वर्तमान प्रवर्धन दोन्ही

ड] वरीलपैकी काहीही नाही

28. ट्यून केलेल्या ॲम्प्लीफायरचा Q साधारणपणे .... असतो.

अ] ५ पेक्षा कमी

ब] 10 पेक्षा कमी

क] 10 पेक्षाजास्त

ड] वरीलपैकी काहीही नाही

29. ट्यून केलेल्या ॲम्प्लिफायरचा Q 50 आहे. जर ॲम्प्लिफायरची रेझोनंट वारंवारता 1000kHZ असेल, तर बँडविड्थ .... आहे.

अ] 10kHz

ब] 40 kHz

C] 30 kHz

डी] 20 kHz

30. वरील प्रश्नात, कट ऑफ फ्रिक्वेन्सीची मूल्ये काय आहेत?

A] 140 kHz, 60 kHz

ब] 1020 kHz, 980 kHz

C] 1030 kHz, 970 kHz

ड] वरीलपैकी काहीही नाही

31. रेझोनंट फ्रिक्वेन्सीच्या वरच्या फ्रिक्वेन्सीसाठी, एक समांतर LC सर्किट .... म्हणून वागते. भार

अ] कॅपेसिटिव्ह

ब] प्रतिरोधक

क] आगमनात्मक

ड] वरीलपैकी काहीही नाही

32. समांतर अनुनाद मध्ये, ... आहे.

अ] व्होल्टेज आणि वर्तमान प्रवर्धन दोन्ही

ब] व्होल्टेज प्रवर्धन

क] वर्तमानप्रवर्धन

ड] वरीलपैकी काहीही नाही

33. रेझोनंट फ्रिक्वेन्सीच्या खाली असलेल्या फ्रिक्वेन्सीसाठी, मालिका एलसी सर्किट .... लोड म्हणून वागते

अ] प्रतिरोधक

ब] कॅपेसिटिव्ह

क] आगमनात्मक

ड] वरीलपैकी काहीही नाही

34. जर उच्च प्रमाणात निवडकता हवी असेल, तर दुहेरी-ट्यून केलेले सर्किट .... असावे. जोडणी

अ] सैल

ब] घट्ट

क] गंभीर

ड] वरीलपैकी काहीही नाही

35. दुहेरी ट्यून्ड सर्किटमध्ये, दोन ट्यून केलेल्या सर्किट्समधील म्युच्युअल इंडक्टन्स कमी झाल्यास, रेझोनान्स वक्र पातळी ....

अ] तसाच राहतो

ब] खालावली आहे

क] उठवलेआहे

ड] वरीलपैकी काहीही नाही

36. रेझोनंट फ्रिक्वेन्सीच्या वरच्या फ्रिक्वेन्सीसाठी, मालिका एलसी सर्किट .... लोड म्हणून वागते.

अ] प्रतिरोधक

ब] प्रेरक

क] कॅपेसिटिव्ह

ड] वरीलपैकी काहीही नाही

37. दुहेरी ट्यून केलेले सर्किट .... मध्ये वापरले जातात. रेडिओ रिसीव्हरचे टप्पे

अ] जर

ब] ऑडिओ

क] आउटपुट

ड] वरीलपैकी काहीही नाही

38. क्लास सी ॲम्प्लिफायर नेहमी चालवतो .... भार

अ] शुद्ध प्रतिरोधक

ब] शुद्ध प्रेरक

क] एक शुद्ध कॅपेसिटिव्ह

ड] एकरेझोनंटटाकी

39. ट्यून केलेले क्लास सी ॲम्प्लिफायर .... च्या RF सिग्नलसाठी वापरले जातात.

अ] कमी शक्ती

ब] उच्च शक्ती

क] खूप उच्च शक्ती

ड] वरीलपैकीकाहीहीनाही

40. रेझोनंट फ्रिक्वेन्सीच्या खाली असलेल्या फ्रिक्वेन्सीसाठी, समांतर एलसी सर्किट .... लोड म्हणून वागते

अ] प्रेरक

ब] प्रतिरोधक

क] कॅपेसिटिव्ह

ड] वरीलपैकी काहीही नाही

1. रेडिओ रिसीव्हरमध्ये .... प्रवर्धन असते

अ] एक टप्पा

ब] दोन टप्पे

क] तीन टप्पे

ड] एकापेक्षाजास्तटप्पे

2. RC कपलिंगचा वापर .... साठी केला जातो. प्रवर्धन

अ] व्होल्टेज

ब] वर्तमान

क] शक्ती

ड] वरीलपैकी काहीही नाही

3. RC जोडलेल्या ॲम्प्लीफायरमध्ये, मध्य-फ्रिक्वेंसी श्रेणीपेक्षा व्होल्टेज वाढतो ....

अ] वारंवारतेसह अचानक बदल

ब] स्थिरआहे

C] वारंवारतेनुसार एकसमान बदल होतो

ड] वरीलपैकी काहीही नाही

4. ॲम्प्लीफायरची वारंवारता प्रतिसाद वक्र प्राप्त करताना, ...

अ] ॲम्प्लीफायर लेव्हल आउटपुट स्थिर ठेवले जाते

ब] ॲम्प्लीफायर वारंवारता स्थिर ठेवली जाते

C] जनरेटर वारंवारता स्थिर ठेवली जाते

D] जनरेटरआउटपुटपातळीस्थिरठेवलीजाते

5. आरसी कपलिंग योजनेचा एक फायदा म्हणजे ....चांगले प्रतिबाधा जुळणे

अ] अर्थव्यवस्था

ब] उच्चकार्यक्षमता

C] वरीलपैकी काहीही नाही

6. सर्वोत्तम वारंवारता प्रतिसाद .... जोडणी

अ] आर.सी

ब] ट्रान्सफॉर्मर

क] थेट

ड] वरीलपैकी काहीही नाही

7. ट्रान्सफॉर्मर कपलिंगचा वापर .... प्रवर्धनासाठी केला जातो

अ] शक्ती

ब] व्होल्टेज

क] वर्तमान

ड] वरीलपैकी काहीही नाही

8. RC कपलिंग स्कीममध्ये, कपलिंग कॅपेसिटर CC पुरेसे मोठे असणे आवश्यक आहे ....

अ] टप्पे दरम्यान dc पास करणे

ब] कमीफ्रिक्वेन्सीकमीकरण्यासाठीनाही

क] उच्च शक्ती नष्ट करणे

ड] वरीलपैकी काहीही नाही

9. RC कपलिंगमध्ये, कपलिंग कॅपेसिटरचे मूल्य सुमारे .... आहे.

A] 100 pF

ब] 0.1 µF

C] 0.01 µF

ड] 10 µF

11. जेव्हा मल्टीस्टेज ॲम्प्लीफायर डीसी सिग्नल वाढवायचे असेल, तेव्हा एखाद्याने .... कपलिंग वापरणे आवश्यक आहे

अ] आर.सी

ब] ट्रान्सफॉर्मर

क] थेट

ड] वरीलपैकी काहीही नाही

12. .... कपलिंग जास्तीत जास्त व्होल्टेज वाढवते

अ] आर.सी

ब] ट्रान्सफॉर्मर

क] थेट

ड] प्रतिबाधा

13. सराव मध्ये, व्होल्टेज वाढ व्यक्त केली जाते ....

अ] डीबीमध्ये

ब] व्होल्टमध्ये

क] संख्या म्हणून

ड] वरीलपैकी काहीही नाही

14. ट्रान्सफॉर्मर कपलिंग उच्च कार्यक्षमता प्रदान करते कारण ....

अ] कलेक्टर व्होल्टेज स्टेपअप केले जाते

ब] प्रतिकारकमीआहे

C] कलेक्टर व्होल्टेज खाली आणले आहे

D] वरीलपैकी काहीही नाही

15. ट्रान्सफॉर्मर कपलिंगचा वापर सामान्यतः लोड रेझिस्टन्स असतो तेव्हा केला जातो. मोठा

ब] खूप मोठा

क] लहान

ड] वरीलपैकी काहीही नाही

16. जर थ्री-स्टेज ॲम्प्लिफायरचा वैयक्तिक स्टेज गेन 10 db, 5 db आणि 12 db असेल, तर db मध्ये एकूण नफा ....

A] 600 db

B] 24 db

C] 14 db

D] 27 db

17. मल्टीस्टेज ॲम्प्लिफायरचा अंतिम टप्पा .... वापरतो

अ] आरसी जोडणी

ब] ट्रान्सफॉर्मरकपलिंग

क] थेट जोडणी

ड] प्रतिबाधा जोडणी

18. कान ....ला संवेदनशील नाही.

अ] वारंवारताविकृती

ब] मोठेपणा विरूपण

क] वारंवारता तसेच मोठेपणा विकृती

ड] वरीलपैकी काहीही नाही

19. आरसी कपलिंगचा वापर अत्यंत कमी फ्रिक्वेन्सी वाढवण्यासाठी केला जात नाही कारण ....

अ] मोठ्या प्रमाणात वीज हानी होते

ब] आउटपुटमध्ये हम आहे

क] कपलिंगकॅपेसिटरचाविद्युतीयआकारखूपमोठाहोतो

ड] वरीलपैकी काहीही नाही

20. ट्रान्झिस्टर ॲम्प्लिफायरमध्ये आपण .... वापरतो. प्रतिबाधा जुळण्यासाठी ट्रान्सफॉर्मर

अ] पायरी चढणे

ब] पायउतार

C] समान वळण गुणोत्तर

ड] वरीलपैकी काहीही नाही

21. खालच्या आणि वरच्या कट ऑफ फ्रिक्वेन्सीला .... फ्रिक्वेन्सी असेही म्हणतात

अ] बाजूबंद

ब] रेझोनंट

क] अर्ध-प्रतिध्वनी

ड] <u>अर्ध-शक्ती</u>

22. सत्तेत 1,000,000 पट वाढ .... द्वारे व्यक्त केली जाते.

अ] 30 डीबी

ब] <u>60 डीबी</u>

C] 120 db

D] 600 db

23. व्होल्टेजमध्ये 1000 पट वाढ .... ने व्यक्त केली जाते.

अ] <u>60 डीबी</u>

ब] 30 डीबी

C] 120 db

D] 600 db

24. 1 db .... पॉवर लेव्हलमधील बदलाशी संबंधित आहे

अ] ५०%

ब] 35%

C] <u>26%</u>

डी] 22%

25. 1 db .... शी संबंधित आहे. व्होल्टेज किंवा वर्तमान पातळीमध्ये बदल

अ] <u>४०%</u>

ब] ८०%

क] २०%

ड] २५%

26. ट्रान्सफॉर्मर कपलिंगची वारंवारता प्रतिसाद .... आहे.

चांगले

ब] खूप चांगले

क] उत्कृष्ट

ड] <u>गरीब</u>

27. मल्टीस्टेज ॲम्प्लिफायरच्या सुरुवातीच्या टप्प्यात, आपण .... वापरतो.

अ] <u>आरसीजोडणी</u>

ब] ट्रान्सफॉर्मर कपलिंग

क] थेट जोडणी

ड] वरीलपैकी काहीही नाही

28. मल्टिस्टेज ॲम्प्लिफायरचा एकूण नफा हा .... मुळे वैयक्तिक टप्प्यांच्या नफ्याच्या उत्पादनापेक्षा कमी आहे.

अ] कपलिंग यंत्रातील वीज हानी

ब] पुढीलटप्प्याचालोडिंगप्रभाव

क] अनेक ट्रान्झिस्टरचा वापर

ड] अनेक कॅपेसिटरचा वापर

29. ॲम्प्लिफायरचा फायदा db मध्ये व्यक्त केला जातो कारण ....

अ] हे एक साधे एकक आहे

ब] आकडेमोड सोपे होते

C] मानवीकानाचाप्रतिसादलॉगरिदमिकअसतो

ड] वरीलपैकी काहीही नाही

30. जर ॲम्प्लीफायरची पॉवर लेव्हल निम्म्यावर आली तर डीबी गेन ...... ने कमी होईल.

अ] 5 डीबी

ब] 2 डीबी

C] 10 db

ड] 3 डीबी

31. 2000 चे वर्तमान प्रवर्धन म्हणजे ....

अ] 3 डीबी

ब] 66 डीबी

C] 20 db

D] 200 db

32. ॲम्प्लीफायर 0.1 W इनपुट सिग्नल प्राप्त करतो आणि 15 W सिग्नल पॉवर प्रदान करतो. डीबी मध्ये पॉवर गेन काय आहे?

अ] 8 डीबी

ब] 6 डीबी

क] 5 डीबी

ड] 4 डीबी

33. ऑडिओ सिस्टमचे पॉवर आउटपुट 18 W आहे. एखाद्या व्यक्तीला सिस्टमच्या आउटपुटमध्ये (मोठ्याने किंवा आवाजाची तीव्रता) वाढ झाल्याचे लक्षात येण्यासाठी, आउटपुट पॉवर किती वाढली पाहिजे?

अ] २ प

ब] 6 प

क] ६८प

ड] वरीलपैकी काहीही नाही

34. मायक्रोफोनचे आउटपुट -52 db वर रेट केले जाते. संदर्भ पातळी निर्दिष्ट परिस्थितीत 1V आहे. समान ध्वनी परिस्थितीत या मायक्रोफोनचे आउटपुट व्होल्टेज किती आहे?

A] 5 mV

ब] 2 mV

C] 8 mV

D] 5 mV

35. आरसी कपलिंग साधारणपणे कमी पॉवर ॲप्लिकेशन्सपुरते मर्यादित असते कारण ....

अ] कपलिंग कॅपेसिटरचे मोठे मूल्य

ब] कमीकार्यक्षमता

क] घटकांची मोठी संख्या

ड] वरीलपैकी काहीही नाही

36. थेट जोडल्या जाऊ शकतील अशा टप्प्यांची संख्या मर्यादित आहे कारण ....

अ] तापमानातीलबदलांमुळेथर्मलअस्थिरतानिर्माणहोते

ब] सर्किट जड आणि महाग होते

C] सर्किटला बायस करणे कठीण होते

ड] वरीलपैकी काहीही नाही

37. आरसी किंवा ट्रान्सफॉर्मर कपलिंगचा उद्देश ....

अ] ब्लॉक ac

ब] एकाटप्प्याचादुस-यापासूनवेगळापूर्वाग्रह

क] थर्मल स्थिरता वाढवा

ड] वरीलपैकी काहीही नाही

38. वरच्या किंवा खालच्या कट ऑफ फ्रिक्वेन्सीला ....फ्रिक्वेंसी असेही म्हणतात

अ] प्रतिध्वनी

ब] बाजूबंद

क] 3 डीबी

ड] वरीलपैकी काहीही नाही

39. सिंगल स्टेज ॲम्प्लिफायरची बँडविड्थ .... आहे. मल्टीस्टेज ॲम्प्लिफायरचा

अ] पेक्षाजास्त

ब] समान

क] पेक्षा कमी

ड] डेटा अपुरा

40. मल्टीस्टेज ॲम्प्लिफायरमध्ये एमिटर कॅपेसिटर CE चे मूल्य सुमारे .... आहे.
अ] 1 μF
ब] 100 pF
C] 0.01 μF
ड] 50 μF

1. एक ऑसिलेटर रूपांतरित करतो ....
c डीसी पॉवरमध्ये पॉवर
c एसी पॉवर मध्ये शक्ती
एसी पॉवर मध्ये यांत्रिक शक्ती
वरीलपैकी काहीही नाही
उत्तर: 2

2. LC ट्रान्झिस्टर ऑसिलेटरमध्ये, सक्रिय उपकरण .... आहे.
एलसी टाकी सर्किट
बायसिंग सर्किट
ट्रान्झिस्टर
वरीलपैकी काहीही नाही
उत्तर : ३

3. LC सर्किटमध्ये, जेव्हा कॅपेसिटर जास्तीत जास्त असतो, तेव्हा इंडक्टर एनर्जी ....
किमान
कमाल
कमाल आणि किमान दरम्यान अर्धा मार्ग
वरीलपैकी काहीही नाही
उत्तर : १

4. LC ऑसिलेटरमध्ये, ऑसिलेटरची वारंवारता .... आहे. एल किंवा सी.
च्या वर्गाच्या प्रमाणात
च्या थेट प्रमाणात
च्या मूल्यांपासून स्वतंत्र
च्या वर्गमूळाच्या व्यस्त प्रमाणात
उत्तर : ४

5. एक आंदोलक निर्माण करतो .... दोलन
ओलसर
अनडॅम्प्ड
मोड्युलेटेड

वरीलपैकी काहीही नाही

उत्तर: 2

6. ऑसिलेटर .... फीडबॅक वापरतो

सकारात्मक

नकारात्मक

ना सकारात्मक ना नकारात्मक

डेटा अपुरा

उत्तर : १

7. LC ऑसिलेटरचा वापर .... फ्रिक्वेन्सी निर्माण करण्यासाठी केला जाऊ शकत नाही

उच्च

ऑडिओ

खूप खाली

खूप उंच

उत्तर : ३

8. हार्टले ऑसिलेटर सामान्यतः .... मध्ये वापरले जाते

रेडिओ रिसीव्हर्स

रेडिओ ट्रान्समीटर

टीव्ही रिसीव्हर्स

वरीलपैकी काहीही नाही

उत्तर : १

9. फेज शिफ्ट ऑसिलेटरमध्ये आपण .... वापरतो. आरसी विभाग

दोन

तीन

चार

वरीलपैकी काहीही नाही

उत्तर: 2

10. फेज शिफ्ट ऑसिलेटरमध्ये, वारंवारता निर्धारित करणारे घटक .... असतात.

एल आणि सी

आर, एल आणि सी

आर आणि सी

वरीलपैकी काहीही नाही

उत्तर : ३

11. विएन ब्रिज ऑसिलेटर .... वापरतो. अभिप्राय

फक्त सकारात्मक

फक्त नकारात्मक

सकारात्मक आणि नकारात्मक दोन्ही

वरीलपैकी काहीही नाही

उत्तर : ३

12. क्रिस्टलमधील पायझोइलेक्ट्रिक प्रभाव .... आहे.

यांत्रिक ताणामुळे व्होल्टेज विकसित झाले

तापमानामुळे प्रतिकारशक्तीत बदल

तापमानामुळे वारंवारतेत बदल

वरीलपैकी काहीही नाही

उत्तर : १

13. जर क्रिस्टल फ्रिक्वेंसी तापमानानुसार बदलत असेल, तर आपण ते क्रिस्टल म्हणतो

.... तापमान गुणांक आहे

सकारात्मक

शून्य

नकारात्मक

वरीलपैकी काहीही नाही

उत्तर : १

14. क्रिस्टल ऑसिलेटर वारंवारता .... मुळे खूप स्थिर आहे. क्रिस्टल च्या

कडकपणा

कंपने

कमी प्र

उच्च प्र

उत्तर : ४

15. अनुप्रयोग जेथे बहुधा क्रिस्टल ऑसिलेटर सापडेल

आहे ....

रेडिओ रिसीव्हर

रेडिओ ट्रान्समीटर

एएफ स्वीप जनरेटर

वरीलपैकी काहीही नाही

उत्तर: 2

16. ऑसिलेटर ॲम्प्लिफायरपेक्षा वेगळा असतो कारण ते ....

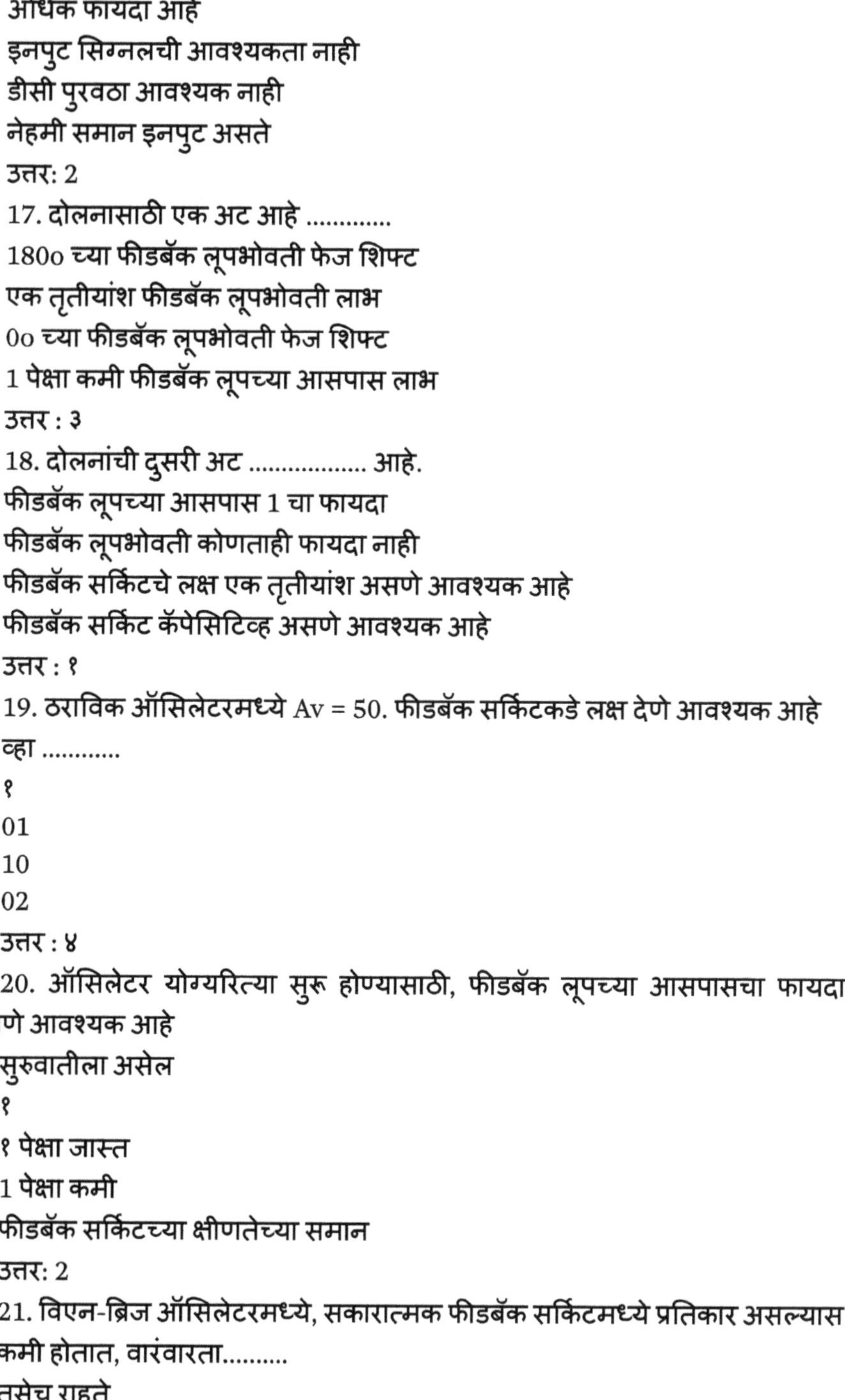

अधिक फायदा आहे

इनपुट सिग्नलची आवश्यकता नाही

डीसी पुरवठा आवश्यक नाही

नेहमी समान इनपुट असते

उत्तर: 2

17. दोलनासाठी एक अट आहे ....

180o च्या फीडबॅक लूपभोवती फेज शिफ्ट

एक तृतीयांश फीडबॅक लूपभोवती लाभ

0o च्या फीडबॅक लूपभोवती फेज शिफ्ट

1 पेक्षा कमी फीडबॅक लूपच्या आसपास लाभ

उत्तर : ३

18. दोलनांची दुसरी अट .... आहे.

फीडबॅक लूपच्या आसपास 1 चा फायदा

फीडबॅक लूपभोवती कोणताही फायदा नाही

फीडबॅक सर्किटचे लक्ष एक तृतीयांश असणे आवश्यक आहे

फीडबॅक सर्किट कॅपेसिटिव्ह असणे आवश्यक आहे

उत्तर : १

19. ठराविक ऑसिलेटरमध्ये Av = 50. फीडबॅक सर्किटकडे लक्ष देणे आवश्यक आहे व्हा ....

१

01

10

02

उत्तर : ४

20. ऑसिलेटर योग्यरित्या सुरू होण्यासाठी, फीडबॅक लूपच्या आसपासचा फायदा असणे आवश्यक आहे

सुरुवातीला असेल

१

१ पेक्षा जास्त

1 पेक्षा कमी

फीडबॅक सर्किटच्या क्षीणतेच्या समान

उत्तर: 2

21. विएन-ब्रिज ऑसिलेटरमध्ये, सकारात्मक फीडबॅक सर्किटमध्ये प्रतिकार असल्यास कमी होतात, वारंवारता..........

तसेच राहते

कमी होतो

वाढते

अपुरा डेटा

उत्तर : ३

22. Colpitt च्या oscillator मध्ये, अभिप्राय प्राप्त होतो ....

चुंबकीय प्रेरण करून

गुदगुल्या गुंडाळी करून

स्प्लिट कॅपेसिटरच्या मध्यभागी पासून

वरीलपैकी काहीही नाही

उत्तर : ३

23. स्फटिकाचा Q .... च्या क्रमाचा आहे.

100

1000

50

10,000 पेक्षा जास्त

उत्तर : ४

24. क्रिस्टल ऑसिलेटरमध्ये क्वार्ट्ज क्रिस्टलचा सर्वाधिक वापर केला जातो कारण ....

यात उत्कृष्ट विद्युत गुणधर्म आहेत

ते सहज उपलब्ध आहे

हे अगदी स्वस्त आहे

वरीलपैकी काहीही नाही

उत्तर : १

27. .... एक स्थिर वारंवारता ऑसिलेटर आहे

फेज-शिफ्ट ऑसिलेटर

हार्टली-ऑसिलेटर

कोलपिटचे ऑसिलेटर

क्रिस्टल ऑसिलेटर

उत्तर : ४

28. LC oscillator मध्ये, L चे मूल्य चार पट वाढल्यास, ची वारंवारता दोलन आहे ....

2 पट वाढले

4 वेळा कमी झाले

4 पट वाढले

2 वेळा कमी झाले

उत्तर : ४

29. क्रिस्टल ऑसिलेटरची महत्त्वाची मर्यादा .... आहे.

त्याचे कमी उत्पादन

त्याची उच्च प्र

क्वाट्र्ज क्रिस्टलची कमी उपलब्धता

त्याचे उच्च उत्पादन

उत्तर : १

३०. सामान्यतः प्रयोगशाळांमध्ये वापरला जाणारा सिग्नल जनरेटर .... ऑसिलेटर आहे.

विएन-ब्रिज

हार्टली

स्फटिक

फेज शिफ्ट

उत्तर : १

1. खालीलपैकी कोणत्या बेस सिस्टममध्ये 123 ही वैध संख्या नाही?

(a) पाया 10

(b) पाया 16

(c) बेस8

(d) <u>पाया 3</u>

2. 1 KB चे स्टोरेज म्हणजे खालील बाइट्सची संख्या

(a) 1000

(b)964

(c) <u>1024</u>

(d) 1064

3. बायनरी संख्येचे अष्टक समतुल्य काय आहे:

10111101

(a)675

(b) <u>२७५</u>

(c) ५७२

(d) ५७३.

4. योग्य विधान निवडा:

(a) स्थितीत्मक संख्या प्रणालीमध्ये, प्रत्येक चिन्ह त्याचे स्थान विचारात न घेता समान मूल्य दर्शवते

(b) सिस्टीममधील चिन्हांच्या संख्येइतके मूल्य म्हणून स्थिती क्रमांक प्रणालीमधील सर्वोच्च चिन्ह

(c) अचूकबायनरीशोधणेनेहमीचशक्यनसते

(d) प्रत्येक हेक्साडेसिमल अंक तीन बायनरी चिन्हांचा क्रम म्हणून दर्शविला जाऊ शकतो.

5. (21.125)10 चा बायनरी कोड आहे

(a) 10101.001

(b) 10100.001

(c) १०१०१.०१०

(d) 10100.111.

6.A NAND गेटला सार्वत्रिक तर्क घटक म्हणतात कारण

(a) ते सर्वजण वापरतात

(b) कोणतेहीलॉजिकफंक्शनकेवळ NAND गेट्सद्वारेचसाकारहोऊशकते

(c) सर्व लघुकरण तंत्र इष्टतम NAND गेट प्राप्तीसाठी लागू आहेत

(d) अनेक डिजिटल संगणक NAND गेट्स वापरतात.

7. ॲनालॉग संगणकांच्या तुलनेत डिजिटल संगणक अधिक प्रमाणात वापरले जातात, कारण ते आहेत

(a) कमी खर्चिक

(b) नेहमी अधिक अचूक आणि जलद

(c) समस्याप्रकारांच्याविस्तृतश्रेणींमध्येउपयुक्त

(d) देखभाल करणे सोपे.

8. बहुतेक डिजिटल संगणकांमध्ये फ्लोटिंग पॉइंट हार्डवेअर नसतात कारण

(a) फ्लोटिंगपॉइंटहार्डवेअरमहागआहे

(b) ते सॉफ्टवेअरपेक्षा हळू आहे

(c) हार्डवेअरद्वारे फ्लोटिंग पॉइंट जोडणे शक्य नाही

(d) विशिष्ट कारणाशिवाय.

9. 1000 हा आकडा लगेचच दिसेल

(a) FFFF (हेक्स)

(b) 1111 (बायनरी)

(c) ७७७७ (ऑक्टल)

(d) वरीलसर्व.

10. (1(10101)2 आहे

(a) (37)10

(b) (69)10

(c) (41)10

(d) — (5)10

11. बुलियन फंक्शन्सची संख्या जी n व्हेरिएबल्सद्वारे तयार केली जाऊ शकते

(a) 2n

(b) <u>22 एन</u>

(c) 2n-1

(d) — 2n

12. सहा-बिट संख्यांचे दोनचे पूरक, एकाचे पूरक किंवा चिन्ह आणि परिमाण द्वारे प्रतिनिधित्व विचारात घ्या: 011000 आणि 011000 पूर्णांकांच्या जोडणीतून कोणत्या प्रतिनिधित्वामध्ये ओव्हरफ्लो आहे?

(a) फक्त दोघांचे पूरक

(b) चिन्ह आणि परिमाण आणि फक्त एखाद्याचे पूरक

(c) दोनचे पूरक आणि फक्त एकाचे पूरक

(d) <u>तिन्हीप्रतिनिधित्व.</u>

13. हेक्साडेसिमल ओडोमीटर F 52 F दाखवतो. पुढील वाचन असेल

(a)F52E

(b)G52F

(c)F53F

(d) <u>F53O.</u>

14. लॉजिक सर्किटमध्ये पॉझिटिव्ह लॉजिक हे एक असते

(a) तर्क 0 आणि 1 अनुक्रमे 0 आणि सकारात्मक व्होल्टेजने दर्शविले जातात

(b) तर्क 0 आणि, -1 हे अनुक्रमे ऋण आणि सकारात्मक व्होल्टेजने दर्शविले जातात

(c) लॉजिक 0 व्होल्टेज पातळी लॉजिक 1 व्होल्टेज पातळीपेक्षा जास्त आहे

(d) <u>लॉजिक 0 व्होल्टेजपातळीलॉजिक 1 व्होल्टेजपातळीपेक्षाकमीआहे.</u>

15. खालीलपैकी कोणते गेट दोन-स्तरीय लॉजिक गेट आहे

(a) किंवा गेट

(b) NAND गेट

(c) <u>अनन्यकिंवागेट</u>

(d) गेट नाही.

16. लॉजिक फॅमिलींपैकी, 4 बिट सिंक्रोनस काउंटरमध्ये 100 मेगाहर्ट्झ पेक्षा जास्त उच्च वारंवारता वापरता येणारे कुटुंब म्हणजे

(a) TTLAS

(b) CMOS

(c) <u>ECL</u>

(d)TTLLS

17. AND गेट OR if म्हणून कार्य करेल

(अ) गेट्सचे सर्व इनपुट "1" आहेत

(b) सर्व इनपुट '0' आहेत

(c) इनपुटपैकी एक "1" आहे

(d) सर्वइनपुटआणिआउटपुटपूरकआहेत.

18. एका OR गेटमध्ये 6 इनपुट असतात. त्याच्या सत्य सारणीमध्ये इनपुट शब्दांची संख्या आहे

(a)6

(b)32

(c) ६४

(d) १२८

19. डिबाउनिंग सर्किट आहे

(a) एक अस्थिर MV

(b) एक बिस्टेबल MV

(c) एककुंडी

(d) एक मोनोस्टेबल MV.

20. नंद. गेट्सना इतरांपेक्षा प्राधान्य दिले जाते कारण हे

(a) कमी फॅब्रिकेशन क्षेत्र आहे

(b) कोणतेहीगेटबनवण्यासाठीवापरलेजाऊशकते

(c) कमीत कमी इलेक्ट्रॉनिक वीज वापरा

(d) चिपमध्ये जास्तीत जास्त घनता प्रदान करते.

21. OR गेटच्या बाबतीत, इनपुटची संख्या कितीही असली तरीही, a

(a) कोणत्याहीइनपुटवर 1 मुळेआउटपुटलॉजिक 1 वरयेते

(b) कोणत्याही इनपुटवर 1 मुळे आउटपुट लॉजिक 0 वर येते

(c) 0 कोणत्याही इनपुटमुळे आउटपुट लॉजिक 0 वर येते

(d) कोणत्याही इनपुटवर 0 मुळे आउटपुट लॉजिक 1 वर येते.

22. 7400 NAND गेटचा पंखा पुट आहे

(a)2TTL

(b)5TTL

(c)8TTL

(d) 10TTL

23. अतिरिक्त-3 कोड म्हणून ओळखले जाते

(a) भारित कोड

(b) चक्रीय रिडंडंसी कोड

(c) स्वयं-पूरककोड

(d) बीजगणितीय कोड.

k24. डेटासाठी 8 बिट, पॅरिटीसाठी 1 बिट गृहीत धरून, मी स्टार्ट बिट आणि 2 स्टॉप बिट्स, 1200 BPS कम्युनिकेशन लाइन प्रसारित करू शकणाऱ्या वर्णांची संख्या आहे

(a)10 CPS

(b)120 CPS

(c) 12CPS

(d) वरीलपैकी काहीही नाही.

1. प्रोसेसर, मुख्य मेमरी (RAM), हार्ड डिस्क, CD/DVD ड्राइव्ह, CMOS, BIOS चिप, इ. ______ मध्ये ठेवलेले आहेत.

(a) इनपुट युनिट

(b) सेंट्रलप्रोसेसिंगयुनिट (CPU)

(c) आउटपुट युनिट

(d) ते सर्व

2. ______ मध्ये प्रोसेसर, मेन मेमरी (RAM), हार्ड डिस्क, CD/DVD ड्राइव्ह, CMOS, BIOS चिप इ. फिक्सिंग/कनेक्ट करण्यासाठी स्लॉट आहेत.

(a) मदरबोर्ड

(b) ब्रेड बोर्ड

(c) की बोर्ड

(d) डॅश बोर्ड

3. सीआरटी मॉनिटरद्वारे इनपुट देण्यासाठी वापरल्या जाणाऱ्या लेखणीला ________ म्हणतात.

(a) स्कॅनर

(b) डिजिटल टॅबलेट

(c) हलकापेन

(d) प्रिंटर

4. VDU _______ म्हणून विस्तारित केले आहे.

(a) व्हिज्युअलडिस्प्लेयुनिट

(b) व्हर्च्युअल डिस्प्ले युनिट (c) व्हिज्युअल डिसेप्शन युनिट

(d) व्हिज्युअल डिस्प्ले युनिव्हर्सिटी

5. संगणक मॉनिटर्समध्ये, CRT म्हणजे ______.

(a) कॅडमियम रे ट्यूब

(b) कॅथोडरेट्यूब

(c) कॅथोड रे ट्विस्ट

(d) कॅथोड रिम

6. कॅथोड रे ट्यूब (सीआरटी) मॉनिटरमध्ये मॉनिटर्समध्ये वीज वापराचा _______ स्तर असतो.

(a) सर्वोच्च

(b) सर्वात कमी

(c) शून्य
(d) किमान
7. एलसीडीचा विस्तार _____ म्हणून केला जातो.
(a) रेखीय क्रिस्टल डिस्प्ले
(b) लिक्विड क्रिस्टल डायलॉग
(c) लिक्विडक्रिस्टलडिस्प्ले
(d) लिक्विड कॅनिस्टर डिस्प्ले
8. एलईडीचा विस्तार _______ म्हणून केला जातो.
(a) रेखीय उत्सर्जक डायोड
(b) प्रकाशउत्सर्जकडायोड
(c) द्रव उत्सर्जक डायोड
(d) प्रकाश उत्सर्जक प्रदर्शन
9. LCD मॉनिटरचा डिस्प्ले LED मॉनिटरपेक्षा ______ आहे.
(हलके
(b) जड
(c) उजळ
(d) निस्तेज
10. मॉनिटर स्क्रीनच्या उंची ते रुंदीच्या गुणोत्तराला ______ म्हणतात.
(a) गुणोत्तर
(b) लांबीचे प्रमाण
(c) रुंदीचे प्रमाण
(d) कर्ण गुणोत्तर
11. सामान्यतः, CRT मॉनिटर्सचा आस्पेक्ट रेशो ______ असतो.
(अ) १६:९
(b) ४:३
(c) १६:१०
(d) 1:1
12. मुद्रणासाठी कागदावर आदळणाऱ्या प्रिंटरला _____ म्हणतात.
(a) मॉनिटर
(b) स्कॅनर
(c) नॉन-इम्पॅक्ट प्रकार प्रिंटर
(d) प्रभावप्रकारप्रिंटर
13. प्रिंट काढण्यासाठी कागदावर न आदळणाऱ्या प्रिंटरला ______ म्हणतात.
(a) मॉनिटर

(b) स्कॅनर

(c) नॉन-इम्पॅक्टप्रकारप्रिंटर

(d) प्रभाव प्रकार प्रिंटर

14. डॉट मॅट्रिक्स प्रिंटर ________ श्रेणीतील आहे.

(a) मॉनिटर

(b) स्कॅनर

(c) नॉन-इम्पॅक्ट प्रकार प्रिंटर

(d) प्रभावप्रकारप्रिंटर

15. लेसर प्रिंटर, इंक जेट प्रिंटर, थर्मल प्रिंटर आणि प्लॉटर _____ श्रेणीतील आहेत.

(a) मॉनिटर

(b) स्कॅनर

(c) नॉन-इम्पॅक्टप्रकारप्रिंटर

(d) प्रभाव प्रकार प्रिंटर

16. थर्मल प्रिंटर _______ लेपित कागद वापरतो, जो उष्णता लागू केल्यावर काळा होतो.

(a) क्रोमियम

(b) बिस्फेनॉल

(c) निकेल

(d) टोनर पावडर

17. संगणकाच्या त्यांच्या युनिट्ससाठी आवश्यक असलेल्या विविध व्होल्टेजमध्ये वीजपुरवठा विभाजित करणाऱ्या युनिटला ______ म्हणतात.

(a) ट्रान्सफॉर्मर

(b) स्विचमोडपॉवरसप्लाय (SMPS)

(c) ट्रान्झिस्टर

(d) ट्रान्सड्यूसर

18. संगणकातील SMPS साठी पूर्ण फॉर्म ______ आहे.

(a) सिंक मोड पॉवर सप्लाय

(b) स्विचमोडपॉवरसप्लाय

(c) स्टेक मोड पॉवर सप्लाय

(d) स्विच मोड पॉवर सॉकेट

19. डेस्कटॉप संगणकात, ______ रेडिओ फ्रिक्वेन्सी हस्तक्षेप निर्माण करते.

(a) SMPS

(b) मायक्रो-प्रोसेसर

(c) रॅम

(d) उंदीर

20. पेरिफेरल्स जोडण्यासाठी CPU च्या पुढील पॅनल किंवा मागील पॅनेलमध्ये प्रदान केलेल्या ओपनिंगला ______ म्हणतात.

(a) सॉकेट

(b) पिन

(c) बंदर

(d) भाग

21. बाह्य डायलअप मोडेम ______ पोर्ट वापरून संगणकाशी जोडला जाऊ शकतो.

(a) RS232/ मालिका

(b) PS/2

(c) VGA

(d) LPT

22. जुन्या शैलीचा (SIMPLEX) प्रिंटर (जसे की डॉट मॅट्रिक्स प्रिंटर) ______ पोर्ट वापरून संगणकाशी कनेक्ट केले जाऊ शकते.

(a) RS232/ मालिका

(b) PS/2

(c) VGA

(d) LPT

23. आधुनिक (डुप्लेक्स) प्रिंटर (जसे लेसर जेट, इंकजेट प्रिंटर) ______ पोर्ट वापरून संगणकाशी जोडले जाऊ शकतात.

(a) RS232/

(b) USB

(c) PS/2

(d) VGA

24. ब्रॉडबँड कनेक्शन ______ पोर्टद्वारे जोडले जाऊ शकते.

(a) RJ45/ इथरनेट

(b) USB

(c) PS/2

(d) VGA

25. ______ पोर्ट वापरून प्रिंटर, फॅक्स मशीन, स्कॅनर, वेब कॅमेरा, एक्सटर्नल डीव्हीडी रायटर, एक्सटर्नल हार्ड डिस्क इत्यादी संगणकाशी जोडता येतात.

(a) RJ45

(b) USB

(c) PS/2

(d) VGA

26. जॉयस्टिक ______ पोर्ट वापरून संगणकाशी जोडली जाऊ शकते.

(a) 3.5 मिमी जॅक
(b) RJ11
(c) RJ45
(d) खेळ

27. PS/2 म्हणजे ______.
(a) नोंदणीकृत जॅक 11
(b) नोंदणीकृत जॅक 45
(c) वैयक्तिकप्रणाली 2
(d) शिफारस केलेले मानक 232

28. RJ11 म्हणजे _____.
(a) नोंदणीकृतजॅक 11
(b) नोंदणीकृत जॅक 45
(c) वैयक्तिक प्रणाली 2
(d) शिफारस केलेले मानक 232

२९. RJ45 म्हणजे _____.
(a) नोंदणीकृत जॅक 11
(b) नोंदणीकृतजॅक 45
(c) वैयक्तिक प्रणाली 2
(d) शिफारस केलेले मानक

30. RS232 म्हणजे _____.
(a) नोंदणीकृत जॅक 11
(b) नोंदणीकृत जॅक 45
(c) वैयक्तिक प्रणाली 2
(d) शिफारसकेलेलेमानक 232

31. RJ45 पोर्टला अन्यथा ______ म्हणतात.
(a) इथरनेट
(b) LPT
(c) USB
(d) VGA

32. IEEE 1392 पोर्टला अन्यथा ______ म्हणतात
(a) इथरनेट
(b) LPT
(c) USB
(d) फायरवायर

33. LPT म्हणजे _____.

(a) नोंदणीकृत जॅक 11
(b) नोंदणीकृत जॅक 45
(c) लाइनप्रिंटरटर्मिनल
(d) शिफारस केलेले मानक 232

34. USB चा अर्थ _______ आहे.
(a) नोंदणीकृत जॅक 11
(b) नोंदणीकृत जॅक 45
(c) लाइन प्रिंटर टर्मिनल
(d) युनिव्हर्सलसीरियलबस

35. पीसीच्या पोर्टवरून हाय डेफिनिशन ग्राफिक्स आउटपुट घेतले जाऊ शकते.
(a) 3.5 मिमी जॅक
(b) HDMI
(c) RJ45
(d) LPT

36. HDMI म्हणजे
(a) नोंदणीकृत जॅक
(b) हायडेफिनिशनमल्टीमीडियाइंटरफेस
(c) लाइन प्रिंटर टर्मिनल
(d) युनिव्हर्सल सीरियल बस

37. हार्डकॉपी प्रदान करण्यासाठी प्रामुख्याने वापरले जाणारे उपकरण आहे
अ) CRT
b) संगणक कन्सोल
c) प्रिंटर
ड) कार्ड रीडर

38. डॉट-मॅट्रिक्स, डेस्कजेट, इंकजेट आणि लेसर हे सर्व प्रकारचे संगणक परिधीय आहेत?
अ) प्रिंटर
ब) सॉफ्टवेअर
c) मॉनिटर्स
ड) कीबोर्ड

39. लेझर प्रिंटर संबंधित आहे
अ) लाइन प्रिंटर
b) पृष्ठप्रिंटर
c) बँड प्रिंटर
ड) डॉट मॅट्रिक्स प्रिंटर

40. जॉयस्टिकचा वापर प्रामुख्याने यासाठी केला जातो

अ) स्क्रीनवरील आवाज नियंत्रित करा

b) संगणकगेमिंग

c) मजकूर प्रविष्ट करा

ड) चित्रे काढा

41. USB चा संदर्भ देते

अ) स्टोरेज

ब) प्रोसेसर

c) पोर्टप्रकार

ड) सीरियल बस मानक

42. ___ ला स्क्रीन किंवा मॉनिटर असेही म्हटले जाऊ शकते.

अ) प्रिंटर

ब) स्कॅनर

c) हार्ड डिस्क

ड) प्रदर्शन

43. प्रिंटरची गती च्या गतीने मर्यादित आहे

अ) कागदाची हालचाल

b) काडतूसवापरले

c) कागदाची लांबी

ड) हे सर्व

44. प्रकाश स्रोताच्या साहाय्याने OCR अक्षरांचे ___ ओळखतो.

अ) आकार

ब) आकार

c) रंग

ड) वापरलेली शाई

45. लेसर प्रिंटर संबंधित आहे

अ) लाइन प्रिंटर

b) पृष्ठप्रिंटर

c) बँड प्रिंटर

ड) डॉट मॅट्रिक्स प्रिंटर

46. व्हिडिओ गेम, फ्लाइट सिम्युलेटर, प्रशिक्षण सिम्युलेटर आणि औद्योगिक रोबोट नियंत्रित करण्यासाठी वापरले जाणारे उपकरण.

अ) उंदीर

ब) हलका पेन

c) जॉयस्टिक

ड) कीबोर्ड

47. ऑटोमॅटिक टेलर मशीन किंवा एटीएम सारख्या अटॅच्ड इंटरएक्टिव्ह माहिती प्रणालींना ______ म्हणतात

अ) कियोस्क

ब) सिओक्स

c) Cianto

d) Kiaks

48. ______ शक्ती वाढीस प्रतिबंध करण्यास मदत करते.

अ) सर्जसप्रेसर

ब) स्पाइक संरक्षक

c) UPS प्रणाली

ड) उच्च दर्जाचे मल्टी-मीटर

49. जर मेमरी स्लॉटमध्ये 30 पिन असतील तर चिप ए आहे?

अ) DIMM

ब) सिम

c) SDRAM

ड) हे सर्व

50. लेझर जेट प्रिंटरची गती पृष्ठे प्रति मिनिट (ppm) मध्ये मोजली जाते डॉट-मॅट्रिक्स प्रिंटर मोजण्यासाठी आपण काय वापरतो?

अ) रेषा प्रति इंच

b) प्रति शीट ओळी

c) प्रति इंच वर्ण

ड) प्रतिसेकंदवर्ण

51. मॅकिंटॉश यशस्वीरित्या मुद्रित करण्यासाठी, सिस्टम फोल्डरमध्ये हे समाविष्ट असणे आवश्यक आहे:

अ) फाइल शेअरिंग सॉफ्टवेअर

b) प्रिंटर सक्षम करणारा

c) ऍपल गॅरामंड फॉन्ट सेट

ड) प्रिंटरड्रायव्हर

52. लेसरप्रिंटरवर प्रतिबंधात्मक देखभाल करताना कोणता घटक व्हॅक्यूम किंवा बदलला पाहिजे?

अ) स्कॅनिंग मिरर

b) टोनर काडतूस

c) ओझोनफिल्टर

ड) हे सर्व

53. कोणते उपकरण DMA चॅनेल वापरते?

अ) मोडेम

b) नेटवर्क कार्ड

c) साउंडकार्ड

ड) हे सर्व

54. मोडेम कोणत्या पोर्टला जोडता येईल?

a) समांतरबंदर

b) ASYNC पोर्ट

c) कीबोर्ड कनेक्टर

ड) व्हिडिओ पोर्ट

55. कोणते उपकरण वीज व्यत्यय टाळते, परिणामी डेटा खराब होतो?

अ) बॅटरीबॅकअपयुनिट

ब) सर्ज प्रोटेक्टर

c) एकाधिक SIMM पट्ट्या

ड) डेटा गार्ड सिस्टम

56. SCSI सह समाप्त करणे आवश्यक आहे?

अ) डिप स्विच

ब) प्रतिकार

c) BNC

ड) हे सर्व

57. स्थिर वीज वापरून तुमच्या PC चे नुकसान टाळण्याचा सर्वोत्तम मार्ग कोणता आहे?

अ) तुमचा पीसी रबर मॅटवर ठेवा

b) चामड्याचे सोल्ड शूज घाला

c) स्वत: ला डिस्चार्ज करण्यासाठी पीसीवरील सुरक्षित ग्राउंड पॉईंटला वेळोवेळी स्पर्श करा

ड) ESD मनगटाचापट्टाघाला

58. सदोष मॉनिटरचे समस्यानिवारण करताना तुम्ही प्रथम काय कराल?

अ) संगणकआणिउर्जास्त्रोताशीत्याचेकनेक्शनतपासा

b) मॉनिटर पॉवर डाउन करा, नंतर तो समस्या सुधारते की नाही हे पाहण्यासाठी तो पुन्हा चालू करा

c) सातत्य ठेवण्यासाठी CRT आणि अंतर्गत सर्किट्री तपासण्यासाठी मीटर वापरा

ड) यापैकी काहीही नाही

59. सिरीयल आणि समांतर पोर्ट तपासण्यासाठी तुम्हाला काय आवश्यक आहे?

अ) पोर्ट अडॅप्टर

ब) लॉजिक प्रोब

c) लूपबॅकप्लग

ड) हे सर्व

60. तुमच्याकडे व्हिडिओ नसलेला पीसी आहे* खालीलपैकी कोणती समस्या कमी होण्याची शक्यता आहे?

अ) सदोष रॅम (बँक शून्य)

b) दोषपूर्ण मायक्रोप्रोसेसर

c) क्रॅशहार्डड्राइव्ह

ड) सैल व्हिडिओ कार्ड

61. बूटअप दरम्यान तुम्हाला CMOS चेकसम एरर मिळेल. बहुधा कारण काय आहे?

a) वीज पुरवठा खराब आहे

b) BIOS ला अपडेट करणे आवश्यक आहे

c) CMOS बॅटरीचेआयुष्यसंपण्याच्याजवळआहे

ड) यापैकी काहीही नाही

62. Mylar-संरक्षित एलसीडी स्क्रीन साफ करण्यासाठी तुम्ही कोणते वापरावे?

अ) अमोनिया विंडो क्लीनर

b) नॉन-अपघर्षकक्लीन्सर

c) अँटी-स्टॅटिक वाइप्स

d) अल्कोहोल-इंप्रेग्नेटेड वाइप्स

63. फिक्स्ड डिस्क त्रुटी कशामुळे होऊ शकते?

अ) नो-सीडी स्थापित

ब) वाईट राम

c) स्लो प्रोसेसर

d) चुकीची CMOS सेटिंग्ज

64. USB आणि IEEE 1394 मानकांमधील सर्वात लक्षणीय फरक काय आहे?

a) IEEE 1394 वेगवानआहे

b) USB समर्थन देत नाही

c) USB प्लग अँड प्ले आहे

ड) IEEE 1394 अदलाबदल करण्यायोग्य नाही

65. संगणकाशी दोन अंतर्गत SCSI हार्ड डिस्क कनेक्ट करताना, तुम्ही दुसरी हार्ड ड्राइव्ह कोठे जोडता?

a) संगणकावरीलकोणतेहीउघडे SCSI पोर्ट

b) पहिल्या होस्ट ॲडॉप्टरवर सीरियल पोर्ट

c) संगणकावर खुले समांतर पोर्ट

d) पहिल्या हार्ड ड्राइव्हवर उघडलेले SCSI पोर्ट

66. रिबन केबलला कनेक्टरशी जोडताना, ते कोणत्या दिशेला लावायचे हे कसे कळेल?

अ) केबलमधील लाल रेषा सर्वोच्च पिन क्रमांकावर जाते

b) केबलमधीलरंगीतरेषापिन # 1 वरजाते

c) काही फरक पडत नाही

ड) यापैकी काहीही नाही

67. आदल्या दिवशी कार्यरत असलेल्या क्लायंट साइटवर पूर्णपणे मृत संगणकाचे निदान करण्याची पहिली पायरी काय आहे.

अ) वीज पुरवठ्याची चाचणी घ्या

b) CMOS बॅटरी बदला

c) AC आउटलेटतपासा

ड) हार्ड ड्राइव्ह कंट्रोलर केबल रिसेट करा

68. पीसी हार्ड कार्ड्स कोणत्या स्पेसिफिकेशनमध्ये समाविष्ट आहेत?

अ) SCSI

ब) ISA

c) PCMCIA

ड) MFM

69. कोणते सामान्य बस स्पेसिफिकेशन सर्वात वेगवान डेटा ट्रान्सफर दर प्रदान करते?

अ) व्हीएल बस

ब) ISA

c) PCI

ड) हे सर्व

70. मोडेम ट्रान्समिशन वापरतात.

अ) समकालिक

ब) असिंक्रोनस

c) कालबद्ध अंतराल

ड) अता

71. A 6xx खालील समस्या दर्शवते:

अ) फ्लॉपीड्राइव्ह

ब) हार्ड ड्राइव्ह

c) कीबोर्ड

ड) सीडी रॉम

72. डॉट मॅट्रिक्स प्रिंटरवर प्रतिबंधात्मक देखभाल करताना, वंगण घालू नका:

अ) प्लेट असेंब्ली

b) प्रिंट हेड पुली

c) <u>हेडपिनप्रिंटकरा</u>

ड) पेपर ॲडव्हान्स गियर बुशिंग्ज

73. नवीन हार्ड ड्राइव्ह स्थापित केल्यानंतर तुम्हाला "अवैध मीडिया डिव्हाइस" संदेश दिसेल. पुढे काय करणार?

अ) <u>स्वरूप</u>

b) Fdisk

c) विभाजन

d) OS जोडा

74. इथरनेट LAN वर वर्कस्टेशन नुकतेच स्थापित केले गेले आहे, परंतु नेटवर्कशी संवाद साधू शकत नाही. आपण प्रथम काय तपासले पाहिजे?

अ) नेटवर्क प्रोटोकॉल पुन्हा स्थापित करा

b) नेटवर्क इंटरफेस कार्ड ड्राइव्हर पुन्हा स्थापित करा

c) वर्कस्टेशनवर ip कॉन्फिगरेशन सत्यापित करा

ड) <u>संगणकनेटवर्ककार्डवरीललिंकस्थितीसत्यापितकरा</u>

75. पीसीच्या प्रमुख घटकांपैकी एक म्हणजे सेंट्रल प्रोसेसिंग युनिट (CPU) ज्याचे वर्णन उत्तम प्रकारे केले जाऊ शकते:

a) जे डिव्हाइस मॉनिटरला काय दाखवायचे ते सांगणारे सिग्नल पाठवते

b) सर्व सिस्टीम पॉवर वापराचे नियमन करणारे क्षेत्र

c) मूलभूत इनपुट/आउटपुट दिनचर्या ज्या ठिकाणी साठवल्या जातात ते क्षेत्र

ड) <u>सर्वप्रक्रियाजेथेहोतेतेक्षेत्र</u>

76. कोणता मॉनिटर परफॉर्मन्सची सर्वोच्च पातळी प्रदान करेल?

अ) VGA

ब) XGA

c) CGA

ड) <u>SVGA</u>

77. खालीलपैकी कोणत्या बाबींसाठी तुम्हाला EPA डिस्पोजल मार्गदर्शक तत्वांचे पालन करणे आवश्यक आहे?

अ) कीबोर्ड

ब) सिस्टम बोर्ड

c) वीज पुरवठा

ड) <u>बॅटरी</u>

78. हार्ड डिस्क ट्रॅकमध्ये विभागली जाते जी पुढील उपविभाजित केली जाते:

अ) क्लस्टर्स
b) क्षेत्रे
c) वेक्टर
ड) डोके
79. डॉट-मॅट्रिक्स प्रिंटरशी सामान्यतः संबंधित पेपर फीडिंग तंत्रज्ञान काय आहे?
अ) शीट फीड
b) ट्रॅक्टरफीड
c) घर्षण फीड
ड) मॅन्युअल फीड
80. सीआरटी डिस्चार्ज करण्यापूर्वी तुम्ही प्रथम कोणती पायरी करावी?
अ) CRT त्याच्या घरातून काढून टाका
b) संगणकावरून CRT डिस्कनेक्ट करा
c) व्हिडिओ असेंब्ली काढा
ड) उर्जास्त्रोतकाढूनटाकण्यापूर्वीवीजबंदकरा
81. कॅपेसिटर खालीलपैकी कोणत्या युनिटमध्ये मोजले जाते?
अ) व्होल्ट
ब) ओम्स
c) फॅराड्स
ड) प्रतिकार
82. डिस्प्ले कार्यरत आहे की नाही हे निर्धारित करण्यासाठी तुम्ही काय विचाराल?
अ) स्क्रीनवर व्हिडिओ कर्सर किंवा क्रिया आहे का?
b) संगणकाची बीप झाली की घंटी वाजली?
c) स्क्रीनवर उच्च व्होल्टेज स्थिर आहे का?
ड) हेसर्व
83. तुमची CD-ROM ऑडिओ केबल याशी कनेक्ट होते:
अ) स्पीकर
b) साउंडकार्ड (किंवामदरबोर्डजरध्वनीत्याच्याशीसमाकलितअसेलतर)
c) वीज पुरवठा
ड) हार्ड ड्राइव्ह
84. एक पीसी कार्ड टाइप करा:
अ) फक्त डेस्कटॉपवर वापरले जातात
ब) यापुढे उत्पादन केले जात नाही
c) PC कार्डांपैकीसर्वातपातळआहेत
ड) अस्तित्वात नाही

85. लेसर तंत्रज्ञानामध्ये, हस्तांतरण टप्प्यात काय होते? अ) अवशिष्ट टोनर कचरा ग्रहणात हस्तांतरित केले जाते

b) लेसर प्रतिमा ड्रममधून कागदावर स्थानांतरित करते

c) प्रतिमाड्रममधूनकागदावरहस्तांतरितकेलीजाते

d) एक नकारात्मक चार्ज ड्रमच्या पृष्ठभागावर हस्तांतरित केला जातो

86. समजा पॉवर दिवा चालू आहे, परंतु प्रिंटर प्रिंट करणार नाही. समस्या दुरुस्त करण्यासाठी तुम्ही काय करू शकता?

अ) प्रिंटरऑनलाइनअसल्याचीखात्रीकरा

b) AC लाईन फ्यूज बदला

c) प्रिंटर चालू आणि बंद करा

ड) रिबन बदला

87. मॅकिंटॉश स्क्रीनवर बॉम्ब असलेला डायलॉग बॉक्स दिसतो. कोणत्या प्रकारची समस्या आली आहे?

अ) RAM ची समस्या

ब) सॉफ्टवेअर समस्या

c) रॉम समस्या

d) ADB समस्या

88. पॉवरमध्ये व्यत्यय येणार नाही याची खात्री करण्यासाठी तुम्ही काय वापरू शकता, परिणामी डेटा खराब होतो?

अ) UPS

ब) योग्य ग्राउंडिंग

c) सर्ज प्रोटेक्टर

ड) सॅग प्रोटेक्टर

89. तुमच्या संगणकाच्या मागील बाजूस असलेला 25-पिन महिला कनेक्टर सामान्यत: असेल:

अ) सीरियल पोर्ट 1

b) समांतरबंदर

c) डॉकिंग

d) COM2 पोर्ट

90. प्रिंटर ड्रायव्हरसाठी रेजिस्ट्री वर्णन निश्चित करण्याचा शिफारस केलेला मार्ग कोणता आहे

अ) स्पूल फाइल हटवा

b) regedit.exe चालवा आणि प्रिंटरचा कोणताही संदर्भ काढून टाका

c) sysedit.exe चालवा आणि प्रिंटरचा कोणताही संदर्भ काढून टाका

d) <u>प्रिंटरड्रायव्हरकाढाआणितोपुन्हास्थापितकरा</u>

91. लेसर प्रिंटरमधील कोणत्या घटकामुळे जॅम होत आहे याचे समस्यानिवारण करण्याची एक महत्त्वाची पहिली पायरी आहे:

a) <u>कागदाच्यामार्गातकागदकुठेथांबतोतेलक्षातघ्या</u>

ब) सर्व व्होल्टेज तपासा

c) त्रुटी कोड पहा

d) प्रिंटर बंद करा, नंतर पुन्हा चालू करा

92. आरक्षित मेमरी क्षेत्राचा आकार किती आहे?

a) 64 kb

b) <u>384 kb</u>

c) 640 kb

d) 1024 kb

93. संगणकातील धूळ प्रत्यक्षात त्यामधील चुंबकीय क्षेत्राचा आकार वाढवते. हे चांगले नाही, म्हणून तुम्ही अधूनमधून धूळ खात असाल, माझा विश्वास आहे. हे करण्याचा सर्वोत्तम मार्ग कोणता आहे?

अ) राखीव जागा

b) कोणतेही लहान व्हॅक्यूम उपकरण

c) सिस्टीम बोर्डवर खरोखर जोरदार फुंकणे

ड) <u>कॉम्प्रेस्डएअरकॅनवापरा</u>

94. समता त्रुटी सहसा यासह समस्या दर्शवते:

अ) <u>स्मृती</u>

ब) हार्ड ड्राइव्ह

c) हार्ड ड्राइव्ह कंट्रोलर

d) I/O नियंत्रक

95. मॉनिटर पॉवर LED "चालू आहे? पण मॉनिटर स्क्रीन पूर्णपणे गडद आहे. समस्येचे सर्वात कमी संभाव्य कारण आहे:

अ) संगणकाच्या व्हिडिओ सर्किटरीमध्ये दोष

b) डिस्कनेक्ट केलेली व्हिडिओ केबल

c) सदोष मॉनिटर

ड) <u>सिस्टमरॅमसमस्या</u>

96. सामान्य इंक जेट प्रिंटरमध्ये कागदावर शाई कशी हस्तांतरित केली जाते?

a) उकळणारी शाई

ब) <u>क्रिस्टल</u>

c) मोटराइज्ड पंप

ड) कागदावर शाई फवारली जाते आणि नोजलद्वारे व्यवस्थापित केली जाते

97. इंकजेट प्रिंटरमध्ये, पेपर ट्रेमध्ये सर्वात सामान्य समस्या कोणती आहे?

अ) विसंगत मुद्रण

b) खराबकार्यकरणारेपिक-अपरोलर्स

c) शीट फीडरचे चुकीचे संरेखन

d) शाईच्या काडतुसावर कागद जाम करणे

98. एक ग्राहक कॉल करतो आणि म्हणते की तिचा संगणक बूट होणार नाही, ती आवाज ऐकू शकते आणि बॉक्सवर दिवे पाहू शकते, परंतु स्क्रीनवर काहीही येत नाही, समस्या सोडवण्यासाठी तुम्ही साइटवर काय घ्यावे?

अ) हार्ड ड्राइव्ह

ब) व्हिडिओकार्ड

c) पॉवर केबल

ड) वीज पुरवठा

99. डॉट मॅट्रिक्स प्रिंटरवरील ठिसूळ, फिकट, असमान किंवा मधूनमधून येणारे प्रिंट कोणती क्रिया दुरुस्त करेल?

अ) रिबनबदलणे

b) टायमिंग बेल्ट बदलणे

c) पेपर फीडचा ताण समायोजित करणे

ड) ट्रॅक्टर फीड टॅन्शन समायोजित करणे

100. प्रत्येक व्हिडिओ कार्ड असणे आवश्यक आहे?

अ) CMOS

ब) रॅम

c) CPU

ड) हे सर्व

101. कोणत्या खंडित हार्ड ड्राइव्हचे सर्वोत्तम वर्णन करते:

अ) ताट खराब आहेत

b) डेटा फाइल्स दूषित आहेत

c) डेटाचे क्लस्टर्स खराब झाले आहेत

ड) फाईल्ससलगक्लस्टर्समध्येसाठवल्याजातनाहीत

102. लेझर प्रिंटर पूर्णपणे काळे पृष्ठ तयार करतो, त्याचे कारण काय आहे?

अ) खराब कार्य करणारे इमेजिंग लेसर

b) टोनर कार्ट्रिजमध्ये कमी पातळी

c) कोरोना हस्तांतरित करण्याची शक्ती नाही

ड) प्राथमिककोरोनाचीशक्तीनाही

103. तुम्ही तुमच्या ऑफिसमध्ये लेझर प्रिंटरची सेवा करणे आवश्यक आहे. प्रिंटरच्या कोणत्या भागाला स्पर्श करणे टाळावे कारण ते गरम आहे?

अ) फ्यूझर

b) प्रिंटर हेड

c) प्राथमिक कोरोना

ड) उच्च व्होल्टेज वीज पुरवठा

104. सामान्य PC बूट प्रक्रियेदरम्यान, खालीलपैकी कोणते प्रथम सक्रिय होते?

अ) RAM BIOS

ब) CMOS

c) ROM BIOS

ड) हार्ड डिस्क माहिती

105. कोणते उपकरण मानक अप मध्ये प्लग केले जाऊ नये?

अ) मॉनिटर

ब) लेसरप्रिंटर

c) इंक-जेट प्रिंटर

ड) बाह्य मोडेम

106. प्रिंटरच्या दोन्ही बाजूंना काय मुद्रित करण्याची परवानगी देते?

अ) फ्यूझर

ब) डुप्लेक्सर

c) टोनर काडतूस

ड) पेपर-स्वॅपिंग युनिट

107. कोणते फील्ड बदलण्यायोग्य युनिट नाही?

अ) सिस्टम रॉम

ब) वीज पुरवठा

c) सिस्टमचेसिस

ड) व्हिडिओ कंट्रोलर

108. पर्यावरण रीसायकल करण्यासाठी सर्वात सोपा घटक कोणता आहे?

अ) मदरबोर्ड

ब) CMOS बॅटरी

c) टोनरकाडतुसे

d) कॅथोड किरण नळ्या

109. प्रिंटर केबल पॉवर केबलला बंद केल्यास कोणती समस्या उद्‌भवू शकते?

अ) ESD इलेक्ट्रोस्टॅटिक डिस्चार्ज

b) EMI इलेक्ट्रोमॅग्नेटिकहस्तक्षेप

c) समता त्रुटी

ड) कोणताही परिणाम होत नाही

110. विजेच्या वादळात पीसीचे नुकसान होण्यापासून तुम्ही पूर्णपणे संरक्षण कसे करू शकता?

a) AC पॉवरकेबलडिस्कनेक्टकरा

b) सर्व बाह्य केबल्स आणि पॉवर कॉर्ड डिस्कनेक्ट करा

c) लाट संरक्षक वापरा

d) AC पॉवर बंद करा

111. सर्व ऑपरेटिंग सिस्टीमची एकूण मेमरी कुठून सुरू होते? अ) CPU

ब) BIOS

c) ROM

ड) रॅम

112. फ्यूजिंग प्रक्रियेदरम्यान, टोनर आहे:

अ) कागदात कोरडे दाबले

b) कागदावर इलेक्ट्रिकली बंधनकारक

c) कागदात वितळले

ड) कागदावरउच्चदाबाचीफवारणीकेलीजाते

113. तुम्ही लेसर प्रिंटरची सेवा केल्यानंतर, तुम्हाला गलिच्छ प्रिंट लक्षात येते. खालीलपैकी कोणती समस्या दूर करेल?

a) विकसक टाकी स्वच्छ करा

b) प्रिंटर रीसेट करा

c) अनेकरिक्तपृष्ठेचालवा

ड) लेसर डायोड स्वच्छ करा

114. बूट प्रक्रियेदरम्यान, प्रणाली प्रथम मेमरी कोठून मोजते?

a) विस्तार मेमरी बोर्ड

ब) व्हिडिओ अडॅप्टर

c) सिस्टमबोर्ड

ड) कॅशे

115. तुमच्याकडे एक प्रणाली आहे जी वेळोवेळी लॉक करते. तुम्ही सॉफ्टवेअर नाकारले आहे आणि आता शंका आहे की ते हार्डवेअर आहे. आपण प्रथम काय करावे जे आपल्याला दोष असलेल्या घटकापर्यंत ते कमी करण्यास मदत करू शकेल?

अ) रॅम फिरवा

ब) रॅम बदला

c) स्तर 2 कॅशे SIMM बदला

d) CMOS मध्ये CPU कॅशेअक्षमकरा

116. तुमचा हार्ड ड्राइव्ह डेटा संरक्षित करण्याचा सर्वोत्तम मार्ग कोणता आहे?

अ) नियमितबॅकअप

b) वेळोवेळी ते डीफ्रॅग करा

c) आठवड्यातून किमान एकदा runchkdsk

ड) नियमित निदान चालवा

117. संगणकावरील स्लॉट कव्हर गहाळ झाल्यामुळे होऊ शकते?

अ) जास्तउष्णता

b) शक्ती वाढणे

c) EMI

d) ESD साठी अपूर्ण मार्ग

118. लेझर प्रिंटर तंत्रज्ञानामध्ये, कंडिशनिंग स्टेज दरम्यान काय होते?

अ) कोरोना वायर कागदावर एकसमान सकारात्मक चार्ज ठेवते

b) प्रकाशसंवेदनशीलड्रमवरएकसमानऋणशुल्कलावलेजाते

c) टोनरवर एकसमान ऋण चार्ज ठेवला जातो

ड) हे सर्व

119. कीबोर्डवरील की साफ करण्यासाठी कोणते उत्पादन वापरले जाते?

अ) टीएमसी सॉल्व्हेंट

ब) सिलिकॉन स्प्रे

c) विकृत अल्कोहोल

ड) सर्व-उद्देशीयक्लिनर

120. कोणते परिधीय पोर्ट लेसर प्रिंटरला सर्वात जलद पुरवते?

a) RS-232

b) SCSI

c) समांतर

ड) मालिका

121. तुमचा ग्राहक तुम्हाला सांगतो की त्यांच्या डॉट मॅट्रिक्स प्रिंटरची प्रिंट गुणवत्ता हलकी आणि गडद आहे. खालीलपैकी कोणती समस्या उद्‌भवू शकते.

अ) पेपर स्लिपेज

b) अयोग्यरिबनप्रगती

c) कागदाची जाडी

ड) प्रमुख स्थान

122. I/O कार्ड I साठी 34-पिन कनेक्शन?

अ) फ्लॉपीड्राइव्ह

b) SCSI ड्राइव्ह

c) IDE ड्राइव्ह
ड) झिप ड्राइव्ह

123. "रेड बुक", "यलो बुक" आणि "ऑरेंज बुक" या शब्दांचा संदर्भ आहे:
अ) SCSI
ब) IDE
c) फ्लॉपी ड्राइव्ह तंत्रज्ञान
d) CD-ROM मानके

124. कोणते बीप कोड सिस्टम बोर्ड किंवा पॉवर सप्लाय बिघाड दर्शवू शकतात?
अ) स्थिर लहान बीप
ब) बीप नाही
c) एक लांब सतत बीप टोन
ड) हेसर्व

125. लेसर प्रिंटरचा कोणता भाग सूर्यप्रकाशात येऊ नये?
अ) कोरोना असेंब्ली ट्रान्सफर करा
b) पीसीड्रम
c) प्राथमिक कोरोना वायर
ड) टोनर काडतूस

126. इंकजेट तंत्रज्ञानामध्ये शाईवरील थेंब कशाने विचलित होतात?
अ) बहुदिशात्मकनोजल
b) इलेक्ट्रॉनिक पद्धतीने प्लेट्स चार्ज करतात
c) उच्च दाब प्लेट्स
d) इलेक्ट्रो स्टॅटिक शोषण

127. कोणत्या मोठ्या व्हिडिओ फाइल्समध्ये सर्वात जलद प्रवेश प्रदान करतात?
अ) ऑप्टिकल ड्राइव्हस्
ब) IDE हार्ड ड्राइव्हस्
c) SCSI हार्डड्राइव्हस्
ड) EIDE हार्ड ड्राइव्हस्

128. तुमच्या संगणकाच्या मागील बाजूस असलेला 25-पिन महिला कनेक्टर सामान्यतः असेल:
अ) सीरियल पोर्ट 1
b) समांतरबंदर
c) डॉकिंग
d) COM2 पोर्ट

129. PC बाजूला, प्रिंटर पोर्ट आहे:

अ) 25 पिन महिला सीरियल कनेक्टर

b) 15 पिन महिला समांतर कनेक्टर

c) 25 पिन पुरुष सिरीयल कनेक्टर

d) 25 पिनमहिलासमांतरकनेक्टर

130. तुम्ही Windows 95 मध्ये ॲप्लिकेशन इन्स्टॉल करत आहात आणि संगणक क्रॅश झाला, तुम्ही काय करता?

a) alt + Ctrl + delete, दोनदा दाबा

b) alt + Ctrl + delete दाबा आणि कार्य समाप्त करा

c) संगणकावरील रीसेट बटण दाबा

ड) संगणकबंदकराआणिफ्लॉपीडिस्कवरूनबूटकरा

131. RS-232 हे एक मानक आहे जे यावर लागू होते:

अ) सीरियलपोर्ट

b) समांतर बंदरे

c) गेम पोर्ट

ड) नेटवर्क

132. तुम्ही नुकतीच नवीन IDE हार्ड ड्राइव्ह इन्स्टॉल केली, परंतु तुमची सिस्टम BIOS नवीन ड्राइव्ह ओळखणार नाही, तुम्ही प्रथम काय तपासले पाहिजे.

अ) केबल क्रम

ब) हार्डड्राइव्हवरजंपर्स

c) ड्रायव्हर्स ज्यांना लोड करणे आवश्यक आहे

d) हार्ड ड्राइव्ह उत्पादक वेबसाइट माहिती

133. संगणकाच्या सर्व भौतिक घटकांना एकत्रितपणे म्हणतात.

(a) सॉफ्टवेअर

(b) हार्डवेअर

(c) मालवेअर

(d) जंकवेअर

134. हार्डवेअर ______ स्पर्श करणे.

(a) करू शकत नाही

(b) करूशकता

(c) मे

(d) होईल

135. हार्डवेअर ______ काम करण्यासाठी विद्युत उर्जा.

(a) वापरतो

(b) वापरत नाही

(c) व्युत्पन्न करते (d) निर्माण करते

136. हार्डवेअर ______ जागा.

(a) व्यापत नाही

(b) <u>व्यापतो</u>

(c) आवश्यक नाही

(d) गरज नाही

www.ingramcontent.com/pod-product-compliance
Ingram Content Group UK Ltd.
Pitfield, Milton Keynes, MK11 3LW, UK
UKHW021906190726
13853UKWH00002B/545